XA LÁT CÁ NGỪ ĐẸP NHẤT

Nâng cao vị giác của bạn với 100 sáng tạo salad cá ngừ đặc biệt

Quyên Tú

Tài liệu bản quyền ©2024

Đã đăng ký Bản quyền

Không phần nào của cuốn sách này được phép sử dụng hoặc truyền đi dưới bất kỳ hình thức nào hoặc bằng bất kỳ phương tiện nào mà không có sự đồng ý bằng văn bản thích hợp của nhà xuất bản và chủ sở hữu bản quyền, ngoại trừ những trích dẫn ngắn gọn được sử dụng trong bài đánh giá. Cuốn sách này không nên được coi là sự thay thế cho lời khuyên về y tế, pháp lý hoặc chuyên môn khác.

MỤC LỤC

- **MỤC LỤC** 3
- **GIỚI THIỆU** 6
- **SALAD CÁ NGỪ VÀ BÁNH SANDWICHE** 7
  - 1. Sandwich Salad cà chua và cá ngừ phơi nắng 8
  - 2. Salad cá ngừ trên bánh quy giòn 10
  - 3. Sandwich Salad cá ngừ với dưa chuột 12
  - 4. Salad cá ngừ bơ trong túi Pita mini 15
  - 5. Xà lách cuốn Salad cá ngừ 17
  - 6. Gỏi cá ngừ đậu xanh khói 19
  - 7. Hương vị như bánh mì kẹp salad cá ngừ 21
  - 8. Thuyền Salad Cá Ngừ 23
  - 9. Sandwich Salad cá ngừ và ô liu 25
  - 10. Salad vỏ sò cá ngừ 27
- **BÁ SALAD CÁ NGỪ** 29
  - 11. Bát Sushi cá ngừ xoài 30
  - 12. Kaisen (Sashimi tươi trên bát cơm) 32
  - 13. Bát Sushi Cá Ngừ Bơ 34
  - 14. Bát Sushi Cá Ngừ Cay 36
  - 15. Bát Sushi cá ngừ cay được giải 38
  - 16. Bát Sushi cá ngừ áp chảo 40
  - 17. Bát Sushi Cá Ngừ Cay Và Củ Cải 42
  - 18. Sushi cá ngừ dưa hấu 44
- **SALAD CÁ NGỪ AHI** 46
  - 19. Salad cá ngừ Ahi 47
  - 20. Salad cá ngừ Tataki Ahi với sốt mù tạt chanh 49
  - 21. Salad cá ngừ nhiều lớp đáng yêu 51
- **SALAD CÁ NGỪ VÂY XANH** 53
  - 22. Salad cá ngừ vây xanh nướng Niçoise 54
  - 23. Cá ngừ vây xanh với ô liu và rau mùi 56
  - 24. Salad cá ngừ vây xanh Địa Trung Hải 58
- **SALAD CÁ NGỪ BÍT TẾT** 60
  - 25. Salad Nicoise giải cấu trúc 61
  - 26. Salad cá ngừ đậu trắng 63
  - 27. Salad Cá Ngừ Tarragon Nướng 66
  - 28. Salad cá ngừ nướng Nicoise 68
  - 29. Xà lách lá lốt cá ngừ nướng 70
  - 30. Cá ngừ nướng sốt tiêu với salad kiểu Hàn Quốc 72
  - 31. Salad cá ngừ tươi áp chảo 74
- **SALAD CÁ NGỪ ĐÓNG HỘP** 77
  - 32. Salad dứa chuối Albacore 78

33. Salad mì ống Albacore 80
34. Bún cá ngừ 82
35. Salad cá ngừ Chow Mein 84
36. Salad Mostaccioli Nicoise 86
37. Mì vòng và Salad cá ngừ sốt ớt 88
38. Salad cá ngừ roi 90
39. Salad mì ống cá ngừ 92
40. Salad cá ngừ đậu tuyết trần 94
41. Salad Hải Vương 96
42. Salad sốt kem ớt chuông và cá ngừ cà chua 98
43. Salad cá ngừ Olio Di Oliva 100
44. Salad Tortellini cá ngừ 102
45. Gỏi cá ngừ khu phố 104

SALAD CÁ NGỪ ĐÓNG HỘP KHÁC 106
46. Salad cà chua và cá ngừ sấy khô 107
47. Salad cá ngừ kiểu Ý 109
48. Salad cá ngừ châu Á 111
49. Salad cá ngừ La Mã 113
Salad cá ngừ 115
51. Chuẩn bị bữa ăn salad cá ngừ 117
52. Salad Kiwi và Cá Ngừ 119
53. Salad cá ngừ Antipasto 121
54. Salad cá ngừ ô liu chín và atisô 123
55. Salad mì ống cá ngừ Ring 125
56. Salad bơ cá ngừ 127
57. Salad cá ngừ cơm Barcelona 129
58. Salad mì ống cá ngừ lạnh với Bowtie Mac 131
59. Salad cá ngừ đậu đen 133
60. Salad Cơm Lứt Và Cá Ngừ 135
61. Salad cá ngừ đậu xanh 137
62. Salad Cá Ngừ Xắt Nhỏ 139
63. Salad cổ điển Nicoise với cá ngừ 141
64. Salad đậu xanh và cá ngừ 143
65. Salad cá ngừ, dứa và quýt 145
66. Salad cá ngừ tươi và ô liu 147
67. Salad Cá Ngừ Bơ Xoài 149
68. Salad củ cải và khoai tây Hy Lạp 151
69. Salad cá ngừ kiểu Hy Lạp 153
70. Salad mì ống kiểu Hawaii 155
71. Salad cá ngừ bông cải xanh tốt cho sức khỏe 157
72. Salad đậu trộn cá ngừ 159
73. Salad Ý Antipasto 161
74. Salad cá ngừ Harusume Nhật Bản 163
75. Salad cá ngừ và cá cơm Nicoise 165

76. Salad Mac còn sót lại cho bữa trưa cá ngừ 167
77. Salad trứng luộc và cá ngừ 169
78. Salad cá ngừ Antipasto Địa Trung Hải 171
79. Salad cá ngừ Địa Trung Hải 173
80. Salad Nicoise Nạp 175
81. Salad Cá Ngừ Táo, Nam Việt Quất Và Trứng 177
82. Salad Pasta Với Cá Ngừ Nướng Và Cà Chua 179
83. Salad Penne với ba loại thảo mộc, nụ bạch hoa và cá ngừ 181
84. Salad đậu, gạo lứt và cá ngừ 183
85. Salad khoai tây cá ngừ 185
86. Salad cá ngừ kiểu cũ 187
87. Salad cơm Risotto với atisô, đậu Hà Lan và cá ngừ 189
88. Salad cá ngừ hạt dẻ ngọt 191
89. Salad cá ngừ mac 193
90. Salad Cá Ngừ Tangy N Tart 195
91. Salad cá ngừ kiểu Ý ít béo 197
92. Salad rau bina cá ngừ 199
93. Salad mì ống tiêu cá ngừ 201
94. Salad Táo Cá Ngừ 203
95. Salad Cá Ngừ Bơ Và Mỳ 4 Đậu 205
96. Salad cá ngừ Orzo 207
97. Salad cá ngừ cà chua bơ 209
98. Salad cá ngừ Waldorf với táo 211
99. Salad cá ngừ và đậu xanh với Pesto 213
100. Salad cá ngừ Ziti 215

KẾT LUẬN 217

GIỚI THIỆU

Chào mừng bạn đến với "XA LÁT CÁ NGỪ ĐẸP NHẤT", bộ sưu tập gồm 100 tác phẩm sáng tạo đặc biệt được thiết kế để nâng cao khẩu vị của bạn và định nghĩa lại món salad cá ngừ cổ điển. Cuốn sách nấu ăn này là hướng dẫn giúp bạn khám phá tính linh hoạt, hương vị và sự sáng tạo có thể truyền vào món ăn yêu thích này. Hãy tham gia cùng chúng tôi trong hành trình ẩm thực vượt xa những điều bình thường, biến món salad cá ngừ thành một trải nghiệm đặc biệt và thú vị.

Hãy tưởng tượng một thế giới nơi salad cá ngừ trở thành một bức tranh vẽ cho nghệ thuật ẩm thực, với nhiều loại nguyên liệu , kết cấu và hương vị đa dạng theo ý muốn của bạn. "Món Salad cá ngừ tối thượng" không chỉ là tập hợp các công thức nấu ăn; đó là sự khám phá những khả năng nảy sinh khi bạn kết hợp cá ngừ chất lượng cao với các nguyên liệu cải tiến. Cho dù bạn là người đam mê món salad cá ngừ hay người muốn tưởng tượng lại món ăn cổ điển này, những công thức nấu ăn này được tạo ra để truyền cảm hứng sáng tạo và thỏa mãn cơn thèm ẩm thực của bạn.

Từ những món xoắn kiểu Địa Trung Hải hấp dẫn đến những món ngon lấy cảm hứng từ châu Á, và từ những món ăn thịnh soạn giàu protein cho đến những cảm giác sảng khoái của mùa hè, mỗi công thức là sự tôn vinh những cách đa dạng mà món salad cá ngừ có thể được sáng tạo lại. Cho dù bạn đang lên kế hoạch cho một bữa trưa nhẹ, một bữa tối sôi động hay chỉ đơn giản là tìm kiếm một bữa ăn nhẹ thỏa mãn, cuốn sách nấu ăn này là nguồn tài liệu tham khảo để đưa món salad cá ngừ lên một tầm cao mới.

Hãy tham gia cùng chúng tôi khi chúng tôi xác định lại ranh giới của món salad cá ngừ, trong đó mỗi sáng tạo là minh chứng cho khả năng vô tận và sự kết hợp ngon miệng đang chờ đợi trong nhà bếp của bạn. Vì vậy, hãy thu thập sự tươi mới của bạn
nguyên liệu , hãy phát huy khả năng sáng tạo của bạn và cùng bắt tay vào cuộc phiêu lưu ẩm thực thông qua "Món salad cá ngừ tuyệt đỉnh".

SALAD CÁ NGỪ VÀ BÁNH SANDWICHE

1. Sandwich cà chua và cá ngừ phơi nắng

THÀNH PHẦN:
- 2 lát bánh mì
- 1 lon cá ngừ, để ráo nước
- 2 muỗng canh cà chua phơi nắng cắt nhỏ
- 1 muỗng canh sốt mayonnaise
- 1 muỗng cà phê mù tạt Dijon
- Muối và hạt tiêu cho vừa ăn

HƯỚNG DẪN:

a) Trộn cá ngừ, sốt mayonnaise, mù tạt Dijon, muối và hạt tiêu vào một cái bát nhỏ.

b) Thêm cà chua khô lên trên một lát bánh mì.

c) Rưới hỗn hợp cá ngừ lên trên cà chua khô.

d) Phủ lát bánh mì thứ hai lên trên.

2. Salad cá ngừ trên bánh quy giòn

THÀNH PHẦN:
- Cá ngừ đóng hộp 7 ounce
- 3 muỗng canh dầu hạt cải
- ¼ chén hạt dẻ nước, xắt nhỏ
- 1 1/2 muỗng canh hành đỏ, thái nhỏ
- 1/2 thìa cà phê chanh tiêu
- 1/4 thìa cà phê cỏ thì là khô
- 16 bánh quy giòn
- 2 lá xà lách xanh, rách
- Thì là tươi, để trang trí

HƯỚNG DẪN:

a) Đặt cá ngừ vào tô trộn và nghiền thành khối có kích thước mong muốn.

b) Thêm sốt mayonnaise, hạt dẻ, hành tây, tiêu chanh và cỏ thì là vào rồi trộn cho đến khi hòa quyện.

c) Đặt một miếng rau diếp rách lên trên mỗi chiếc bánh quy giòn rồi phủ 1 thìa salad cá ngừ lên trên.

d) Trang trí với một miếng cỏ thì là tươi nếu muốn. Phục vụ.

3.Sandwich Salad cá ngừ với dưa chuột

THÀNH PHẦN:
- 2 quả dưa chuột dài kiểu Anh
- 1 muỗng canh giấm rượu vang đỏ
- 1/4 sữa chua nguyên chất
- 1/4 thì là xắt nhỏ
- 1/4 lá cần tây
- 1 muỗng canh dầu ô liu nguyên chất
- Muối kosher
- Hạt tiêu vừa mới nghiền
- 2 củ hành lá thái lát
- 2 thìa sốt mayonnaise
- 1 cọng cần tây thái lát
- 1/2 thìa cà phê vỏ chanh
- 2 lon cá ngừ nhẹ 5 ounce, để ráo nước
- 1/2 chén mầm cỏ linh lăng

HƯỚNG DẪN:
a) Chuẩn bị dưa chuột. Bạn có hai lựa chọn để chế biến dưa chuột, chúng sẽ được dùng thay bánh mì cho món bánh mì kẹp cá ngừ này. Nếu bạn đang làm bánh mì khai vị, bạn chỉ cần gọt vỏ rồi cắt dưa chuột theo chiều ngang, thành từng lát 1/4 inch. Tùy chọn này sẽ cung cấp cho bạn số lượng bánh mì kẹp cá ngừ nhỏ hơn nhiều hơn. Ngoài ra, nếu bạn muốn làm món bánh mì sandwich cá ngừ kiểu phụ, bạn có thể cắt đôi dưa chuột theo chiều dọc. Sau đó, vớt hạt và thịt ra để làm những chiếc thuyền nhỏ, nơi bạn sẽ cho hỗn hợp cá ngừ vào. Dùng nĩa chọc vào bên trong một chút để dưa chuột ngấm gia vị hơn.
b) Trộn dầu giấm. Trong một chiếc bát cỡ vừa, trộn mù tạt, giấm, muối và tiêu đen. Sau đó, từ từ cho dầu ô liu vào. Cuối cùng, đổ dầu giấm lên dưa chuột.
c) Làm nhân cá ngừ. Bắt đầu bằng việc để ráo cá ngừ. Rửa sạch bằng nước lạnh, sau đó đặt sang một bên. Trong một bát nhỏ, trộn sốt mayonnaise, sữa chua, thì là, lá cần tây, hành lá, cần tây, vỏ chanh, 1/4 thìa cà phê muối và một chút tiêu đen. Cho cá ngừ vào tô rồi trộn đều để tất cả nguyên liệu hòa quyện.

d) Tập hợp những chiếc bánh sandwich lại với nhau. Nếu bạn đang làm món khai vị, hãy đặt một ít hỗn hợp cá ngừ và sau đó thêm một ít mầm lên trên mỗi lát dưa chuột.

e) Sau đó, thêm một lát khác lên trên để tạo thành một chiếc bánh sandwich nhỏ xinh.

f) Nếu bạn đang làm món bánh mì kẹp cá ngừ kiểu phụ, hãy đổ hỗn hợp cá ngừ vào thuyền dưa chuột rồi thêm mầm vào. Thêm nửa quả dưa chuột còn lại lên trên. Ăn và thưởng thức!

4. Salad cá ngừ bơ trong túi Pita nhỏ

THÀNH PHẦN:
- 1 hộp cá ngừ, để ráo nước
- 1 quả bơ chín, nghiền nhuyễn
- ¼ chén cần tây thái hạt lựu
- ¼ chén hành đỏ thái hạt lựu
- 1 thìa nước cốt chanh
- Muối và hạt tiêu cho vừa ăn
- Túi pita nhỏ

HƯỚNG DẪN:
a) Trong một bát, trộn cá ngừ, bơ nghiền, cần tây thái hạt lựu, hành đỏ thái hạt lựu, nước cốt chanh, muối và tiêu.
b) Trộn đều cho đến khi tất cả các thành phần được kết hợp đồng đều.
c) Cắt đôi túi pita mini để tạo thành túi.
d) Nhồi salad cá ngừ bơ vào túi bánh pita nhỏ.
e) Gói salad cá ngừ bơ vào túi pita nhỏ trong hộp cơm trưa.

5. Xà lách cuốn Salad cá ngừ

THÀNH PHẦN:
- 2 lon cá ngừ, để ráo nước
- ¼ cốc sốt mayonnaise thân thiện với nước nhạt
- 2 thìa cần tây xắt nhỏ
- 2 muỗng canh hành đỏ xắt nhỏ
- 2 thìa cà phê mù tạt Dijon
- Muối và hạt tiêu cho vừa ăn
- Lá rau diếp lớn (ví dụ, tảng băng trôi hoặc Romaine)

HƯỚNG DẪN:
a) Trong một cái bát, kết hợp cá ngừ đã ráo nước, sốt mayonnaise thân thiện với nước nhạt, cần tây xắt nhỏ, hành tây đỏ xắt nhỏ và mù tạt Dijon.
b) Trộn đều và nêm muối và hạt tiêu cho vừa ăn.
c) Xếp lá rau diếp thành cuộn.
d) Đổ hỗn hợp salad cá ngừ vào từng chiếc lá.
e) Cuộn lá rau diếp lại để làm món cuốn.

6.Salad cá ngừ đậu xanh khói

THÀNH PHẦN:
CÁ NGỪ CHICKĐẬU:
- 15 oz. đậu xanh nấu chín đóng hộp hoặc cách khác
- 2-3 muỗng canh sữa chua nguyên chất không sữa hoặc sốt mayo thuần chay
- 2 thìa cà phê mù tạt Dijon
- 1/2 thìa cà phê thì là xay
- 1/2 thìa cà phê ớt bột xông khói
- 1 muỗng canh nước cốt chanh tươi
- 1 cọng cần tây thái hạt lựu
- 2 hành lá xắt nhỏ
- Muối biển cho vừa ăn

LẮP RÁP SANDWICH:
- 4 miếng bánh mì lúa mạch đen hoặc bánh mì lúa mì nảy mầm
- 1 chén rau bina trẻ sơ sinh
- 1 quả bơ cắt lát hoặc cắt khối
- Muối + tiêu

HƯỚNG DẪN:
a) Chuẩn bị món salad cá ngừ đậu xanh
b) Trong máy xay thực phẩm, xay đậu xanh cho đến khi chúng có kết cấu thô, vụn. Múc đậu xanh vào một chiếc bát cỡ vừa và cho phần hoạt chất còn lại vào , khuấy đều cho đến khi hòa quyện. Nêm nhiều muối biển theo sở thích của bạn.
c) Làm bánh sandwich của bạn
d) Xếp rau bina non lên từng lát bánh mì; thêm vài đống salad cá ngừ đậu xanh, dàn đều. Phủ những lát bơ, vài hạt muối biển và hạt tiêu mới xay lên trên.

7. Hương vị như bánh mì kẹp salad cá ngừ

THÀNH PHẦN:
- 1 1/2 cốc nấu chín hoặc 1 (15,5 ounce) lon đậu xanh, để ráo nước và rửa sạch
- 2 sườn cần tây, băm nhỏ
- 1/4 chén hành tây băm
- 1 muỗng cà phê nụ bạch hoa, để ráo nước và cắt nhỏ
- 1 cốc sốt mayonnaise thuần chay
- 2 thìa nước cốt chanh tươi
- 1 thìa cà phê mù tạt Dijon
- 1 thìa cà phê bột tảo bẹ
- 4 lá xà lách
- 4 lát cà chua chín
- Muối và tiêu
- Bánh mỳ

HƯỚNG DẪN:

a) Trong một tô vừa, nghiền nhuyễn đậu xanh. Thêm cần tây, hành tây, nụ bạch hoa, 1/2 cốc sốt mayonnaise, nước cốt chanh, mù tạt và bột tảo bẹ. Nêm muối và hạt tiêu cho vừa ăn. Trộn cho đến khi kết hợp tốt. Đậy nắp và để lạnh ít nhất 30 phút để hương vị hòa quyện.

b) Khi sẵn sàng phục vụ, phết 1/4 cốc sốt mayonnaise còn lại lên 1 mặt của mỗi lát bánh mì. Xếp rau diếp và cà chua lên 4 lát bánh mì và chia đều hỗn hợp đậu xanh cho chúng. Phủ lát bánh mì còn lại lên trên mỗi chiếc bánh sandwich, úp mặt sốt mayonnaise xuống, cắt làm đôi và thưởng thức.

8. Thuyền salad cá ngừ

THÀNH PHẦN:
- 6 quả dưa chua thì là nguyên quả hoặc 2 quả dưa chua nguyên quả lớn
- 5 oz. cá ngừ trắng miếng
- ¼ cốc sốt mayonaise
- ¼ chén hành đỏ thái hạt lựu
- 1 thìa cà phê đường hoặc mật ong

HƯỚNG DẪN:
a) Cắt cả quả dưa chua làm đôi từ đầu đến cuối theo chiều dọc. Dùng thìa hoặc dao gọt, cắt hoặc cạo phần bên trong mỗi mặt của dưa chua để tạo thành hình chiếc thuyền với phần vỏ dưa còn lại.

b) Cắt nhỏ phần bên trong đã cạo và cho vào tô trộn. Dùng khăn giấy thấm bớt nước còn sót lại từ thuyền dưa chua và cắt nhỏ từng miếng bên trong.

c) Để ráo cá ngừ rồi cho vào tô. Nhấn bằng nĩa để cắt thành khối lớn. Thêm sốt mayonnaise, hành tím, dưa chua cắt nhỏ và đường hoặc mật ong (tùy chọn) rồi trộn đều để tạo thành món salad cá ngừ.

d) Múc salad cá ngừ vào từng chiếc thuyền dưa chua. Làm lạnh và phục vụ hoặc phục vụ ngay lập tức.

9.Sandwich Salad cá ngừ và ô liu

THÀNH PHẦN:
ĐỐI VỚI Salad cá ngừ:
- 1/4 cốc sốt mayonaise
- 2 thìa nước cốt chanh tươi
- 2 (6-oz) lon cá ngừ nhẹ ngâm dầu ô liu, để ráo nước
- 1/2 chén ớt đỏ nướng đóng chai cắt nhỏ
- 10 quả ô liu đen Kalamata hoặc ô liu đen ngâm nước muối khác, bỏ hạt và cắt dọc thành dải
- 1 sườn cần tây lớn, xắt nhỏ
- 2 muỗng canh hành đỏ thái nhỏ
- Ớt Pepperoncini (để ráo nước và cắt nhỏ) - tùy chọn

ĐỐI VỚI SANDWICH:
- 1 bánh mì baguette (20 đến 24 inch)
- 2 muỗng canh dầu ô liu
- Rau diếp lá xanh (yêu thích của bạn)

HƯỚNG DẪN:
LÀM SALAD CÁ NGỪ:
a) Trộn đều sốt mayonnaise và nước cốt chanh trong một tô lớn.
b) Thêm các thành phần salad còn lại và khuấy nhẹ nhàng. Nêm với muối và hạt tiêu.

LẮP RÁP SANDWICHE:
c) Cắt bánh mì thành 4 đoạn có chiều dài bằng nhau và chia đôi theo chiều ngang.
d) Quét dầu vào các mặt cắt và nêm muối và hạt tiêu.
e) Làm bánh sandwich với bánh mì baguette, rau diếp và salad cá ngừ.

10. Salad vỏ sò với cá ngừ

THÀNH PHẦN:
- 8 ounce mì ống vỏ, chưa nấu chín
- 1 cốc cà rốt thái nhỏ
- 3/4 chén ớt xanh thái hạt lựu
- 2/3 chén cần tây thái lát
- 1/2 chén hành lá băm nhỏ
- 1 6 1/8 ounce cá ngừ ngâm nước, để ráo nước và vẩy
- 1/4 cốc cộng với 2 thìa sữa chua nguyên chất ít béo
- 1/4 cốc sốt mayonnaise giảm calo
- 1/4 muỗng cà phê hạt cần tây
- 1/4 thìa cà phê muối
- 1/4 thìa cà phê tiêu
- Rau diếp lá xoăn

HƯỚNG DẪN:
a) Nấu mì ống theo hướng dẫn trên bao bì, bỏ muối và mỡ; làm khô hạn. Rửa sạch với nước lạnh và thoát nước tốt.
b) Kết hợp mì ống, cà rốt và 4 nguyên liệu tiếp theo; quăng nhẹ nhàng.
c) Kết hợp sữa chua và 4 nguyên liệu tiếp theo; khuấy đều. Thêm vào hỗn hợp mì ống, đảo nhẹ nhàng. Đậy nắp và làm lạnh thật kỹ.
d) Để phục vụ, múc hỗn hợp mì ống lên đĩa salad lót rau diếp.

BÁ SALAD CÁ NGỪ

11.Bát Sushi Cá Ngừ Xoài

THÀNH PHẦN:
- 60 ml nước tương (¼ cốc + 2 thìa canh)
- 30ml dầu thực vật (2 thìa canh)
- 15ml dầu mè (1 thìa canh)
- 30ml mật ong (2 thìa canh)
- 15 ml Sambal Oelek (1 muỗng canh, xem ghi chú)
- 2 thìa cà phê gừng tươi bào sợi (xem ghi chú)
- 3 củ hành lá, thái lát mỏng (phần trắng và xanh)
- 454 gram cá ngừ ahi loại sushi (1 pound), thái hạt lựu thành miếng ¼ hoặc ½ inch
- 2 chén cơm sushi, nấu theo hướng dẫn trên bao bì (có thể thay thế bằng bất kỳ loại gạo hoặc ngũ cốc nào khác)

TOPPING TÙY CHỌN:
- Bơ cắt lát
- Dưa chuột cắt lát
- đậu nành
- Gừng ngâm
- Xoài cắt hạt lựu
- Khoai tây chiên hoặc hoành thánh chiên giòn
- Hạt mè

HƯỚNG DẪN:
a) Trong một tô vừa, trộn đều nước tương, dầu thực vật, dầu mè, mật ong, Sambal Oelek, gừng và hành lá.
b) Thêm cá ngừ thái hạt lựu vào hỗn hợp và đảo đều. Để hỗn hợp ướp trong tủ lạnh ít nhất 15 phút hoặc tối đa 1 giờ.
c) Để phục vụ, hãy múc cơm sushi vào bát, đặt cá ngừ đã ướp lên trên và thêm các loại đồ ăn kèm mà bạn mong muốn.
d) Sẽ có thêm nước sốt để rưới lên trên; phục vụ nó ở bên cạnh.

12. Kaisen (Sashimi tươi trên bát cơm)

THÀNH PHẦN:
- 800 g (5 cốc) cơm sushi đã được tẩm gia vị

đứng đầu
- 240 g (8½ oz) cá hồi chất lượng sashimi
- 160 g (5½ oz) cá ngừ chất lượng sashimi
- 100 g (3½ oz) cá vược chất lượng sashimi
- 100 g (3½ oz) tôm nấu chín
- 4 củ cải đỏ, thái nhỏ
- 4 lá tía tô
- 40 g (1½ oz) trứng cá hồi

PHỤC VỤ
- gừng ngâm
- dán mù tạt
- xì dầu

HƯỚNG DẪN:

a) Cắt phi lê cá hồi thành 16 lát, cá ngừ và cá vược thành 12 lát. Hãy nhớ cắt ngang thớ để đảm bảo cá mềm.

b) Để phục vụ, hãy chia cơm sushi vào bốn bát riêng lẻ và làm phẳng bề mặt cơm. Xếp cá hồi, cá ngừ, cá vược và tôm (tôm) lên trên, xếp thành từng lát chồng lên nhau.

c) Trang trí với củ cải đỏ thái nhỏ, lá tía tô và trứng cá hồi.

d) Ăn kèm với gừng ngâm như một chất tẩy rửa vòm miệng, wasabi và nước tương để nếm thử.

13. Bát Sushi Cá Ngừ Bơ

THÀNH PHẦN:
- 1 quả bơ, gọt vỏ và bỏ hạt
- nước ép mới vắt của 1 quả chanh
- 800 g (5 cốc) cơm sushi nâu đã được tẩm gia vị
- 1 củ hẹ hoặc hành đỏ, thái nhỏ và ngâm trong nước
- một nắm lá trộn salad
- 2 muỗng canh hẹ tây (tùy chọn)

CÁ NGỪ
- 1 muỗng canh tỏi băm
- 1 muỗng canh gừng xay
- 2 muỗng canh dầu thực vật
- 500 g (1 lb 2 oz) bít tết cá ngừ chất lượng sashimi muối biển và hạt tiêu đen mới xay

CÁCH ĂN MẶC
- 4 muỗng canh giấm gạo
- 4 muỗng canh nước tương nhẹ
- 4 thìa mirin
- 4 muỗng cà phê dầu mè nướng
- nước ép mới vắt của 1 quả chanh
- 1 thìa cà phê đường
- một nhúm muối

HƯỚNG DẪN:

a) Để chế biến cá ngừ, trộn tỏi, gừng và dầu trong một bát nhỏ. Trải hỗn hợp này lên cả hai mặt của mỗi miếng bít tết cá ngừ, sau đó nêm muối và hạt tiêu.

b) Làm nóng chảo nướng cho nóng rồi áp chảo bít tết cá ngừ trong 1 phút mỗi mặt cho chín tái.

c) Để cá ngừ nguội rồi cắt thành khối vuông 2 cm (¾ inch).

d) Để làm nước sốt, kết hợp tất cả các thành phần.

e) Cắt bơ thành khối lớn, sau đó vắt nước cốt chanh lên trên để thịt bơ không bị chuyển sang màu nâu.

f) Đặt cơm sushi màu nâu vào bát và đặt các khối cá ngừ, bơ, hẹ tây hoặc hành tím và các loại lá trộn lên trên. Đổ nước sốt lên trên ngay trước khi phục vụ. Phủ thêm hẹ tây nếu dùng để tăng thêm độ giòn.

14. Sushi cá ngừ cay

THÀNH PHẦN:
ĐỐI VỚI CÁ NGỪ:
- 1/2 pound cá ngừ loại sushi, cắt thành khối 1/2 inch
- 1/4 chén hành lá thái lát
- 2 muỗng canh nước tương ít natri hoặc tamari không chứa gluten
- 1 muỗng cà phê dầu mè
- 1/2 thìa cà phê tương ớt Sriracha

ĐỐI VỚI MAYO CAY:
- 2 muỗng canh sốt mayonnaise nhẹ
- 2 thìa cà phê sốt sriracha

ĐỐI VỚI BÁT:
- 1 chén cơm Sushi truyền thống hạt ngắn nấu chín hoặc cơm trắng sushi
- 1 cốc dưa chuột, gọt vỏ và cắt thành khối 1/2 inch
- 1/2 quả bơ Hass vừa (3 ounce), thái lát
- 2 hành lá, thái lát để trang trí
- 1 muỗng cà phê hạt vừng đen
- Đậu nành giảm natri hoặc tamari không chứa gluten, để phục vụ (tùy chọn)
- Sriracha, để phục vụ (tùy chọn)

HƯỚNG DẪN:
a) Trong một bát nhỏ, trộn sốt mayonnaise và sriracha, pha loãng với một ít nước để rưới lên.
b) Trong một bát vừa, kết hợp cá ngừ với hành lá, nước tương, dầu mè và sriracha. Nhẹ nhàng trộn đều và đặt sang một bên trong khi chuẩn bị bát.
c) Trong hai bát, xếp một nửa cơm, một nửa cá ngừ, bơ, dưa chuột và hành lá.
d) Rắc mayo cay và rắc hạt vừng. Ăn kèm thêm nước tương nếu muốn.
e) Hãy thưởng thức hương vị đậm đà và cay nồng của Bát Sushi Cá Ngừ Cay ngon lành này!

15.Bát Sushi cá ngừ cay được giải mã

THÀNH PHẦN:
- 1 chén cơm sushi đã nấu chín
- 1/2 chén cá ngừ cay, xắt nhỏ
- 1/4 chén đậu edamame, hấp
- 1/4 chén củ cải, thái lát mỏng
- Sriracha mayo cho mưa phùn
- Những lát bơ để trang trí
- Hạt mè để làm topping

HƯỚNG DẪN:
a) Trải cơm sushi đã nấu chín vào tô.
b) Đặt cá ngừ cay xắt nhỏ, đậu edamame hấp và củ cải thái lát lên trên.
c) Rưới Sriracha mayo lên bát.
d) Trang trí với những lát bơ và rắc hạt vừng.
e) Thưởng thức bát sushi cá ngừ cay đã được giải mã!

16. Bát Sushi cá ngừ áp chảo

THÀNH PHẦN:
CHO BÁT
- 1 pound cá ngừ nướng và Tataki Irresistibles
- Cơm sushi

CHO MÓN ƯỚP
- ¼ chén hành ngọt, thái lát mỏng
- 1 củ hành lá, thái lát mỏng (khoảng ¼ cốc) và nhiều hơn để trang trí
- 2 tép tỏi, băm nhỏ
- 2 muỗng cà phê hạt mè đen, nướng và nhiều hơn nữa để trang trí
- 2 muỗng cà phê hạt điều (rang và không muối), cắt nhỏ và nướng
- 1 quả ớt đỏ xắt nhỏ và nhiều hơn để trang trí
- 3 muỗng canh nước tương
- 2 muỗng canh dầu mè
- 2 muỗng cà phê giấm gạo
- 1 muỗng cà phê nước cốt chanh
- 1 muỗng canh sriracha và nhiều hơn nữa để phục vụ
- ¼ thìa cà phê muối biển
- ½ muỗng cà phê ớt đỏ (tùy chọn)

LỰA CHỌN TRANG TRÍ BỔ SUNG
- Dưa chuột cắt lát
- Củ cải thái lát
- bắp cải thái lát
- Rong biển mảnh
- Bơ cắt nhỏ
- đậu nành

HƯỚNG DẪN:
a) Kết hợp tất cả các thành phần nước xốt trong một tô lớn và thêm các lát cá ngừ đã làm chín vào rồi trộn nhẹ nhàng để lớp phủ đều.
b) Đậy nắp và để lạnh trong 10-30 phút.
c) Lấy ra khỏi tủ lạnh và dọn lên trên cơm trắng cùng với bất kỳ đồ trang trí nào bạn muốn và một ít nước sốt nóng/sriracha bên cạnh.

17. Bát Sushi cá ngừ và củ cải cay

THÀNH PHẦN:
- 1 lb cá ngừ loại sushi, thái hạt lựu
- 2 muỗng canh gochujang (tương ớt đỏ Hàn Quốc)
- 1 muỗng canh nước tương
- 1 muỗng canh dầu mè
- 1 muỗng cà phê giấm gạo
- 1 chén củ cải daikon, thái hạt lựu
- 1 chén đậu Hà Lan, thái lát
- 2 chén cơm Sushi truyền thống đã nấu chín
- Hành xanh để trang trí

HƯỚNG DẪN:
a) Trộn gochujang, nước tương, dầu mè và giấm gạo để làm nước sốt cay.
b) Cho cá ngừ thái hạt lựu vào nước sốt cay và để lạnh trong 30 phút.
c) Lắp các bát với cơm Sushi truyền thống làm đế.
d) Phủ cá ngừ ướp, củ cải daikon thái sợi và đậu Hà Lan cắt lát lên trên.
e) Trang trí với hành lá xắt nhỏ và phục vụ.

18.Bát Sushi cá ngừ và dưa hấu

THÀNH PHẦN:
- 1 lb cá ngừ loại sushi, cắt khối
- 1/4 chén dừa aminos (hoặc nước tương)
- 2 muỗng canh nước cốt chanh
- 1 muỗng canh dầu mè
- 2 cốc dưa hấu, thái hạt lựu
- 1 cốc dưa chuột, thái lát
- 2 chén cơm Sushi truyền thống đã nấu chín
- Lá bạc hà để trang trí

HƯỚNG DẪN:
a) Trộn đều dừa aminos, nước cốt chanh và dầu mè để làm nước xốt.
b) Cho cá ngừ vào nước ướp và để lạnh trong 30 phút.
c) Tạo bát với cơm Sushi truyền thống đã nấu chín làm nền.
d) Phủ cá ngừ ướp, dưa hấu thái hạt lựu và dưa chuột thái lát lên trên.
e) Trang trí với lá bạc hà tươi và phục vụ.

SALAD CÁ NGỪ AHI

19.Salad cá ngừ Ahi

THÀNH PHẦN:
- 1 miếng cá ngừ ahi, 6 ounce
- 2 thìa cà phê bột ngũ vị hương
- 1 muỗng cà phê gia vị nướng hoặc muối và hạt tiêu thô
- Xịt nấu ăn hoặc dầu thực vật
- 5 ounce hỗn hợp rau xanh trộn sẵn cho bé
- 2 củ cải, thái lát
- 1/4 quả dưa chuột châu Âu, thái lát mỏng
- 1/2 muỗng cà phê mù tạt
- 1 muỗng canh giấm gạo
- 1 muỗng canh nước tương
- 3 muỗng canh dầu ô liu nguyên chất
- Muối và hạt tiêu đen mới xay

HƯỚNG DẪN:
a) Phủ bột ngũ vị hương và gia vị nướng lên bít tết cá ngừ.
b) Áp chảo cá ngừ mỗi mặt trong 2 phút.
c) Kết hợp rau xanh, củ cải và dưa chuột trong một cái bát.
d) Đánh đều wasabi, giấm và nước tương trong một chiếc bát nhỏ hơn; thêm dầu để làm nước sốt.
e) Rưới nước sốt lên món salad và trộn đều.
f) Cắt lát cá ngừ và xếp lên món salad.

20.Salad cá ngừ Tataki Ahi với sốt mù tạt chanh

THÀNH PHẦN:

Nước sốt chanh wasabi:
- 1 củ hẹ nhỏ, gọt vỏ và thái lát
- 1-2 muỗng cà phê wasabi đã chuẩn bị
- 2 muỗng canh nước tương
- 2 thìa nước cốt chanh tươi
- 1 muỗng canh mirin
- 2 muỗng canh giấm gạo
- 1 thìa nước ép yuzu
- Đường cát, tùy khẩu vị
- 4 muỗng canh dầu hạt cải

CÁ NGỪ:
- 12 ounce cá ngừ ahi tươi, chất lượng sashimi
- 2 muỗng cà phê ichimi togarashi (hoặc ớt đỏ nghiền nát)
- 1/2 muỗng cà phê muối hồng Himalaya
- 1 muỗng canh dầu hạt cải
- 1/2 chén củ cải daikon, để trang trí

XA LÁT:
- 4 cốc hỗn hợp rau xanh baby
- 1 cốc đậu edamame đông lạnh, rã đông
- 2 thìa gừng ngâm, thái sợi
- 1/2 quả dưa chuột, gọt vỏ, cắt thành từng miếng mỏng
- 1 quả cà chua gia truyền nhỏ, cắt thành từng miếng nhỏ

HƯỚNG DẪN:

a) Thêm tất cả nguyên liệu làm nước sốt vào máy xay và trộn cho đến khi mịn.

b) Nêm các phần cá ngừ với togarashi và muối. Áp chảo cá ngừ trong dầu hạt cải và cắt thành từng lát đều nhau.

c) Đặt rau xanh vào tô trộn và nêm nhẹ với nước sốt.

d) Bày salad ra đĩa, trên cùng là gừng ngâm, đậu nành Nhật, dưa chuột và cà chua.

e) Xếp các lát cá ngừ xung quanh và rưới thêm nước sốt. Trang trí cá ngừ với mầm daikon.

21.Salad cá ngừ nhiều lớp đáng yêu

THÀNH PHẦN:
- Thời gian thư giãn 2 giờ
- 1-1/2 lb phi lê cá ngừ ahi tươi, cắt dày 1 inch
- 1 muỗng canh dầu ô liu nguyên chất
- 1-1/4 lb khoai tây Yukon Gold mới nhỏ, thái lát mỏng
- 6 tai ngô ngọt tươi
- 1 chén rau mùi tươi xắt nhỏ
- 12 củ hành xanh, thái lát
- 1 quả ớt jalapeno, bỏ hạt và thái lát
- nước sốt chanh
- 1 quả ớt ngọt đỏ vừa, xắt nhỏ
- Bột ớt
- Nêm chanh (tùy chọn)

XÓA VÔI:
- 1/3 cốc nước cốt chanh tươi
- 1/3 chén dầu ô liu nguyên chất
- 1 muỗng cà phê đường
- 1/2 muỗng cà phê muối

HƯỚNG DẪN:
a) Quét cá ngừ với dầu ô liu, rắc muối và tiêu rồi nướng cho đến khi chín.
b) Nấu các lát khoai tây cho đến khi mềm. Cắt ngô từ lõi ngô.
c) Trong một bát nhỏ, trộn ngò, hành lá và ớt jalapeno; che đậy và thư giãn.
d) Chuẩn bị nước sốt chanh bằng cách trộn nước cốt chanh, dầu ô liu, đường và muối.
e) Cắt cá ngừ thành từng miếng và đặt đều vào đĩa nướng. Mưa phùn với nước sốt vôi.
f) Thêm khoai tây, ngô và nước sốt còn lại. Rắc muối và hạt tiêu.
g) Đậy nắp và để lạnh trong 2-3 giờ.

Salad cá ngừ vây xanh

22.Salad cá ngừ vây xanh nướng Niçoise

THÀNH PHẦN:
XA LÁT
- 225g khoai tây đỏ nhỏ
- 4 quả trứng lớn
- Rau trộn trộn số lượng lớn
- 400g Cá ngừ vây xanh miền Nam Dinko
- 200g cà chua bi
- ½ cốc ô liu niçoise
- Muối và tiêu

CÁCH ĂN MẶC
- 1/3 chén dầu ô liu
- 1/3 chén giấm rượu vang đỏ
- 1 muỗng canh mù tạt Dijon

HƯỚNG DẪN:

a) Cho dầu ô liu, giấm rượu vang đỏ và mù tạt Dijon vào lọ thủy tinh và lắc đều.

b) Đặt trứng vào một cái chảo lớn và đậy lại bằng nước. Khi nước sôi, tắt bếp và để yên trong vòng 10 - 15 phút. Lọc lấy nước trong nồi rồi đổ đầy nước lạnh vào và để yên.

c) Gọt vỏ và làm tư khoai tây, cho vào nồi, sau đó đậy lại bằng nước. Đun sôi, sau đó giảm nhiệt và đun nhỏ lửa trong 12 phút.

d) 4 Đun nóng chảo gang lớn trên lửa vừa cao, sau đó phủ nhẹ chảo bằng bình xịt nấu ăn.

e) Phủ muối và tiêu lên miếng bít tết cá ngừ vây xanh miền Nam Dinko, sau đó cho cá ngừ vào chảo. Áp chảo cá ngừ trong 2 phút mỗi mặt. Đặt sang một bên và để nguội.

f) Lấy trứng ra khỏi nước; gọt vỏ và cắt làm đôi theo chiều dọc.

g) Cắt lát mỏng bít tết cá ngừ theo thớ.

h) Trong một tô lớn, trộn cà chua, ô liu, hỗn hợp rau diếp và khoai tây. Trộn nhẹ nhàng.

i) Chia hỗn hợp salad cho bốn đĩa; trên cùng với các lát cá ngừ và trứng.

j) Rưới nước sốt và phục vụ.

23.Cá ngừ vây xanh với ô liu và gia vị ngò

THÀNH PHẦN:
- Bít tết cá ngừ vây xanh 1lb
- 3 quả dưa chuột Kirby
- 1/2 chén ô liu hỗn hợp đã bỏ hạt, cắt thành xúc xắc 1/4 inch
- 1/4 chén lá ngò tươi đóng gói
- 2 muỗng canh nước cốt chanh tươi, cộng với chanh để phục vụ
- 1/4 cốc cộng với 2 thìa dầu ô liu nguyên chất
- Muối thô và hạt tiêu mới xay
- 2 muỗng canh bơ không muối

HƯỚNG DẪN:
a) Cắt đôi dưa chuột theo chiều dọc, múc và loại bỏ hạt, sau đó cắt dưa chuột thành xúc xắc 1/4 inch.
b) Trong một bát nhỏ, trộn dưa chuột, ô liu, ngò, nước cốt chanh và 1/4 cốc dầu; Nêm với muối và hạt tiêu. Để qua một bên.
c) Nêm bít tết cá ngừ với muối và hạt tiêu. Đun nóng một cái chảo lớn và nặng (tốt nhất là bằng gang) ở nhiệt độ cao. Thêm 2 muỗng canh dầu; khi nó bắt đầu lung linh, thêm bít tết cá ngừ. Chiên trong 1 phút, sau đó lật và nấu thêm 30 giây nữa.
d) Thêm 2 muỗng canh bơ, đun chảy và nấu thêm 1 phút nữa. Lưu ý: chúng tôi thích cá ngừ nấu chín tái, nếu bạn thích nấu chín vừa hơn, vui lòng thêm vài phút vào thời gian nấu.
e) Dùng dao sắc cắt bít tết cá ngừ theo chiều dọc và dọn lên trên cùng với gia vị ô liu.

24. Salad cá ngừ vây xanh Địa Trung Hải

THÀNH PHẦN:
- 1 lb cá ngừ vây xanh tươi, loại sushi
- 4 chén rau trộn salad (arugula, rau bina và/hoặc cải xoong)
- 1 cốc cà chua bi, giảm một nửa
- 1/2 quả dưa chuột, thái lát
- 1/4 củ hành đỏ, thái lát mỏng
- 1/4 chén ô liu Kalamata, bỏ hạt
- 2 muỗng canh nụ bạch hoa
- 1/4 chén phô mai feta, vụn
- 3 muỗng canh dầu ô liu nguyên chất
- 2 muỗng canh giấm rượu vang đỏ
- 1 thìa cà phê mù tạt Dijon
- Muối và hạt tiêu đen cho vừa ăn

HƯỚNG DẪN:
a) Cắt cá ngừ vây xanh thành khối vuông vừa ăn.
b) Nêm cá ngừ với muối và hạt tiêu.
c) Đun nóng chảo hoặc chảo nướng trên lửa cao.
d) Áp chảo các khối cá ngừ trong 1-2 phút mỗi mặt, giữ cho chín ở giữa.
e) Tắt bếp và để yên trong vài phút trước khi cắt.
f) Trong một tô lớn, trộn các loại rau xà lách, cà chua bi, dưa chuột, hành tím, ô liu và nụ bạch hoa.
g) Trong một bát nhỏ, trộn dầu ô liu, giấm rượu vang đỏ, mù tạt Dijon, muối và hạt tiêu.
h) Thêm cá ngừ thái lát vào món salad.
i) Rưới nước sốt lên món salad và trộn nhẹ nhàng.
j) Rắc phô mai feta vụn lên trên.
k) Phục vụ ngay lập tức.

Salad cá ngừ bít tết

25. Salad Nicoise được giải cấu trúc

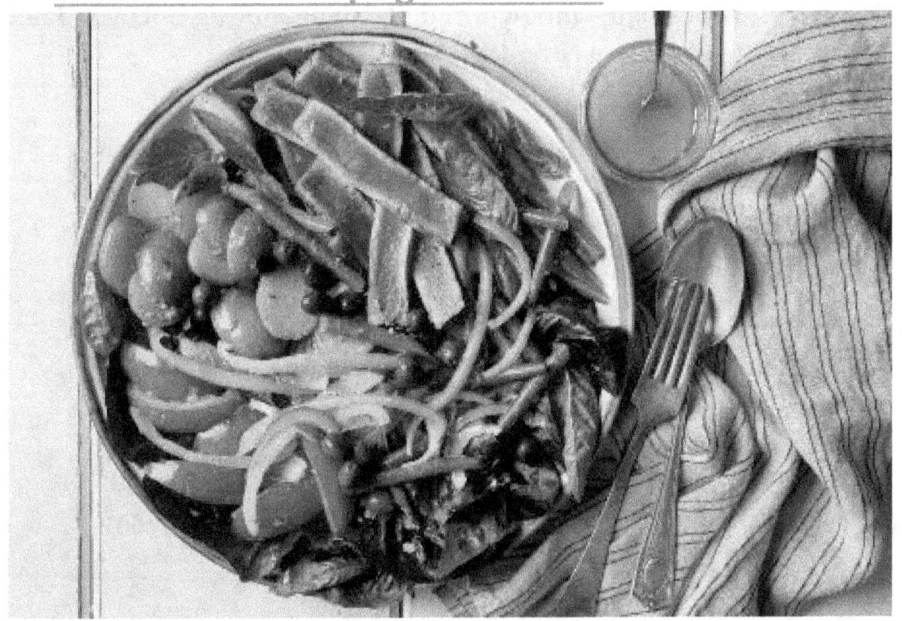

THÀNH PHẦN:
- Bít tết cá ngừ - mỗi người một miếng, nướng BBQ với dầu ô liu, muối và tiêu
- 2 củ khoai tây mới mỗi người
- 5-8 hạt mỗi người
- 10 quả ô liu mỗi người
- 1 quả trứng luộc mềm mỗi người
- Mayone cá cơm

HƯỚNG DẪN:
a) Luộc khoai tây và cắt thành miếng vuông.
b) Bóc vỏ trứng luộc mềm.
c) Chần đậu.
d) BBQ bít tết cá ngừ.
e) Xây dựng, hoàn thiện với miếng cá ngừ nướng ở trên.
f) Rưới sốt mayonnaise cá cơm.

26. Salad cá ngừ và đậu trắng

THÀNH PHẦN:
- 2 (15-ounce) lon cannellini hoặc đậu bắc tuyệt vời, rửa sạch và để ráo nước
- 3 quả cà chua Roma lớn, bỏ hạt và cắt nhỏ (khoảng 1 1/2 cốc)
- 1/2 chén thì là xắt nhỏ, để dành ngọn lá
- 1/3 chén hành đỏ xắt nhỏ
- 1/3 chén ớt chuông màu cam hoặc đỏ
- 1 muỗng canh ngọn lá thì là cắt nhỏ
- 1/4 chén dầu ô liu nguyên chất (EVOO)
- 3 muỗng canh giấm rượu trắng
- 2 thìa nước cốt chanh
- 1/4 thìa cà phê muối
- 1/4 thìa cà phê tiêu
- 1 (6 ounce) bít tết cá ngừ, cắt dày 1 inch
- Muối
- Tiêu đen xay
- 1 thìa EVOO
- 2 chén rau trộn trộn salad
- Ngọn lá thì là

HƯỚNG DẪN:

Đối với Salad:

a) Trong một tô lớn, trộn đậu, cà chua, thì là cắt nhỏ, hành tím, ớt ngọt và ngọn thì là đã cắt nhỏ; để qua một bên.

b) Đối với dầu giấm:

c) Trong một chiếc lọ có nắp vặn, trộn 1/4 cốc EVOO, giấm, nước cốt chanh, 1/4 thìa cà phê muối và hạt tiêu mỗi loại. Che và lắc đều.

d) Đổ nước sốt lên hỗn hợp đậu; nhẹ nhàng quăng lên áo khoác. Để yên ở nhiệt độ phòng trong 30 phút.

Đối với cá ngừ:

e) Rắc cá ngừ, nếu dùng tươi, rắc muối và hạt tiêu; đun nóng 1 thìa EVOO ở mức trung bình cao.

f) Thêm cá ngừ và nấu trong 8 đến 12 phút hoặc cho đến khi cá bong ra dễ dàng bằng nĩa, quay một lần. Cắt cá ngừ thành từng miếng.

g) Thêm cá ngừ vào hỗn hợp đậu; quăng để kết hợp.

h) Phục vụ:

i) Xếp rau salad vào đĩa phục vụ, đổ hỗn hợp đậu lên trên rau xanh.

j) Trang trí thêm ngọn thì là nếu muốn.

27. Salad cá ngừ Tarragon nướng

THÀNH PHẦN:
- 1/2 chén dầu giấm nhẹ hoặc nước sốt salad kiểu Ý
- 1 muỗng cà phê. tarragon tươi cắt nhỏ
- 4 (6 oz. mỗi miếng) bít tết cá ngừ tươi, cắt dày 1/2 inch đến 3/4 inch
- 8 cốc (8 oz.) rau trộn salad
- 1 cốc cà chua (giọt nước, nho hoặc anh đào)
- 1/2 chén ớt chuông vàng
- 1-3/4 cốc (7 oz.) Phô mai Mozzarella & Asiago cắt nhỏ với tỏi nướng, chia thành từng phần

HƯỚNG DẪN:

a) Kết hợp nước sốt salad và tarragon. Múc 2 thìa nước sốt lên bít tết cá ngừ.

b) Nướng cá ngừ trên than lửa vừa phải trong 2 phút mỗi mặt hoặc cho đến khi chín vàng bên ngoài nhưng vẫn còn hồng ở giữa. Tránh nấu quá chín để tránh bị dai.

c) Kết hợp rau xà lách, cà chua, ớt chuông và 1 cốc phô mai vào tô lớn.

d) Thêm hỗn hợp nước sốt còn lại; ném tốt.

e) Chuyển sang đĩa phục vụ, đặt cá ngừ lên trên và rắc phô mai còn lại. Ăn kèm với hạt tiêu.

28. Salad cá ngừ nướng Nicoise

THÀNH PHẦN:
- 2 muỗng canh giấm sâm panh
- 1 muỗng canh tarragon cắt nhỏ
- 1 thìa cà phê mù tạt Dijon
- 1 củ hẹ nhỏ, thái nhỏ
- 1/2 thìa cà phê muối biển mịn
- 1/4 thìa cà phê tiêu đen xay
- 1/4 chén dầu ô liu
- 1 (1 pound) bít tết cá ngừ tươi hoặc đông lạnh và rã đông
- Xịt nấu ăn dầu ô liu
- 1 1/2 pound khoai tây mới nhỏ, luộc cho đến khi mềm và nguội
- 1/2 pound đậu xanh, gọt vỏ, đun sôi cho đến khi mềm và để nguội
- 1 cốc cà chua bi cắt đôi
- 1/2 chén ô liu Nicoise bỏ hạt
- 1/2 chén hành đỏ thái lát mỏng
- 1 quả trứng luộc chín, bóc vỏ và cắt thành từng miếng (tùy chọn)

HƯỚNG DẪN:

a) Trộn đều giấm, ngải giấm, Dijon, hẹ tây, muối và hạt tiêu. Từ từ cho dầu ô liu vào để làm nước sốt giấm.

b) Rưới 2 thìa dầu giấm lên bít tết cá ngừ, đậy nắp và để lạnh trong 30 phút.

c) Xịt dung dịch xịt nấu ăn lên vỉ nướng và làm nóng trước ở lửa vừa. Nướng cá ngừ cho đến khi chín tới độ chín mong muốn (5 đến 7 phút mỗi mặt).

d) Cắt cá ngừ thành từng miếng lớn. Xếp cá ngừ, khoai tây, đậu xanh, cà chua, ô liu, hành tây và trứng lên đĩa lớn. Ăn kèm với dầu giấm còn lại ở bên cạnh.

29. Xà Lách Và Cá Ngừ Nướng

THÀNH PHẦN:

Dấm VÔI:
- 6 muỗng canh nước cốt chanh
- 1,5 muỗng canh giấm rượu trắng
- 3 muỗng canh dầu ô liu
- 2 muỗng canh nước tương giảm natri
- Muối và hạt tiêu đen mới xay

CÁ NGỪ:
- 4 miếng cá ngừ bít tết (mỗi miếng từ 4 đến 5 oz)
- Phun xịt nonstick

XÀ LÁCH XANH:
- 8 chén hỗn hợp rau diếp Bibb và romaine
- 6 cây nấm nút lớn (thái lát)
- 1/4 chén hành lá thái lát
- 1 quả cà chua lớn (nêm)
- 1 lon đậu đen (rửa sạch, để ráo nước)

HƯỚNG DẪN:

a) Chuẩn bị nước sốt chanh đậu nành bằng cách trộn nước cốt chanh, giấm, dầu ô liu, nước tương, muối và hạt tiêu.

b) Xịt dung dịch xịt chống dính lên vỉ nướng và làm nóng trước ở mức trung bình cao. Nêm cá ngừ với muối và hạt tiêu.

c) Nướng cá ngừ trong 4-5 phút mỗi mặt. Cắt cá ngừ thành dải.

d) Trong một cái bát, kết hợp cá ngừ, nấm, hành lá và các loại rau khác với một nửa số dầu giấm.

e) Trong một bát salad riêng biệt, trộn rau diếp với dầu giấm còn lại. Xếp hỗn hợp cá ngừ và rau lên trên.

f) Tùy chọn: Rắc rau mùi xắt nhỏ lên trên. Món salad này tương tự như món Đậu mắt đen được phục vụ như thế này.

30.Bít tết cá ngừ sốt ớt và salad kiểu Hàn Quốc

THÀNH PHẦN:
SALAD PHONG CÁCH HÀN QUỐC:
- 1/2 chén bắp cải napa thái nhỏ
- 1/4 chén giá đỗ tươi
- 1 quả dưa chuột, gọt vỏ, bỏ hạt và thái lát mỏng
- 1/4 chén nước tương
- 1/4 chén giấm gạo
- 1 muỗng canh gừng băm
- 1 thìa tỏi băm
- 1 quả ớt tươi tùy bạn chọn, băm nhỏ
- 2 muỗng canh đường cát
- 2 muỗng canh húng quế tươi xắt nhỏ
- Muối và hạt tiêu cho vừa ăn

CÁ NGỪ:
- 4 miếng cá ngừ tươi
- 1/4 chén hạt tiêu xay thô
- 1/2 thìa cà phê muối kosher

HƯỚNG DẪN:
a) Trong một tô vừa, trộn bắp cải, giá đỗ và dưa chuột.
b) Kết hợp nước tương, giấm, gừng, tỏi, ớt, đường, húng quế, muối và hạt tiêu. Đánh đều, sau đó thêm vừa đủ vào hỗn hợp bắp cải để làm ẩm. Quăng đều, đậy nắp và để lạnh.
c) Làm nóng lò nướng ở mức cao. Chà xát toàn bộ cá ngừ với hạt tiêu xay và rắc muối.
d) Đặt lên chảo gà thịt đã phết một ít dầu mỡ và nướng cho đến khi chín theo ý thích của bạn, khoảng 6 phút mỗi mặt.
e) Chia món salad ra 4 đĩa, sau đó đặt bít tết cá ngừ lên trên mỗi đĩa và dùng ngay.

31.Salad cá ngừ tươi áp chảo

THÀNH PHẦN:
- 3/4 pound khoai tây đỏ hoặc kem tươi
- 1/2 pound đậu xanh tươi
- 2 muỗng canh mù tạt Dijon
- 3 muỗng canh giấm rượu vang đỏ
- 1 muỗng canh cải ngựa trắng
- 2 muỗng canh nước luộc gà
- 3/4 pound bít tết cá ngừ tươi, dày 1"
- 2 muỗng canh hạt vừng
- 1 muỗng canh dầu ô liu
- 8 ounce rau xanh tươi
- 1 quả cà chua chín, cắt thành khối 2"
- 1/2 bánh mì Pháp
- 1/2 thìa cà phê muối
- 1/2 thìa cà phê tiêu đen mới xay

HƯỚNG DẪN:
a) Lò nung nóng đến 350.
b) Rửa khoai tây và cắt thành khối 1".
c) Đậu rửa sạch, cắt thành miếng 2".
d) Đặt khoai tây vào nồi hấp trên 3" nước, sau đó đậy nắp nồi và đun sôi nước.
e) Hấp khoảng 5 phút thì cho đậu vào tiếp tục hấp thêm 5 phút nữa.
f) Trộn mù tạt và giấm vào tô lớn cho đến khi mịn. Thêm cải ngựa và nước dùng, sau đó dùng nĩa khuấy đều để có độ sệt mịn.
g) Thêm muối và hạt tiêu, sau đó thêm khoai tây và đậu khi chúng đã chín và đảo đều.
h) Cá ngừ rửa sạch và lau khô bằng khăn giấy, sau đó phủ vừng lên cả hai mặt.
i) Làm nóng chảo chống dính vừa ở nhiệt độ trung bình cao trong 2 phút. Thêm dầu ô liu và áp chảo cá ngừ trong 2 phút mỗi mặt, sau đó thêm muối và tiêu vào mặt đã nấu chín.
j) Đậy nắp và tắt bếp, sau đó để yên trong 5 phút.
k) Chia rau xanh làm đôi và đặt lên đĩa, sau đó cho khoai tây và đậu lên rau diếp. Thêm cà chua, sau đó cắt cá ngừ thành từng dải và xếp lên trên.
l) Đổ phần nước sốt còn lại lên trên, sau đó dùng kèm với bánh mì baguette.

SALAD CÁ NGỪ ALBACORE ĐÓNG HỘP

32.Salad dứa chuối Albacore

THÀNH PHẦN:
- 3 quả chuối chín, thái hạt lựu
- 1/2 chén dứa đóng hộp thái hạt lựu
- 1 1/2 chén cá ngừ albacore đóng hộp
- 1/4 chén cần tây thái hạt lựu
- 1/2 thìa cà phê muối
- 1 muỗng canh dưa chua xắt nhỏ
- Mayonnaise để làm ẩm

HƯỚNG DẪN:
a) Trộn chuối và dứa với nhau, sau đó thêm cá ngừ vằn.
b) Xếp các nguyên liệu còn lại vào, sau đó trang trí với rau diếp giòn và lát chanh.

33.Salad mì ống Albacore

THÀNH PHẦN:
- 4 chén mì ống xoắn ốc nấu chín
- 1 chén nước sốt salad kiểu Ý
- 1 cốc cà chua, thái hạt lựu
- 1 cốc dưa chuột, thái hạt lựu
- 1 cốc ô liu đen, thái hạt lựu
- 1 chén ớt chuông đỏ, thái hạt lựu
- 2 chén rau diếp
- 1 lon cá ngừ albacore

HƯỚNG DẪN:
a) Nấu mì ống theo hướng dẫn.
b) Xả và trộn với nước sốt salad. Làm lạnh trong 1 giờ.
c) Xé rau diếp thành từng miếng vừa ăn và để trong tủ lạnh.
d) Trộn rau với mì ống, sau đó trộn nhẹ cá ngừ và xếp rau diếp vào tô.

34.Salad mì cá ngừ

THÀNH PHẦN:
- 1-2 lon cá ngừ (cá ngừ vây trắng là tốt nhất)
- 2 chén mì ống chưa nấu chín (vỏ nhỏ hoặc mì ống đều được)
- 1/3 quả dưa chuột (cắt thành khối)
- 1/2 quả cà chua vừa (thái hạt lựu)
- 1 củ cà rốt lớn (gọt vỏ và cắt thành từng miếng nhỏ)
- 1/3 chén ô liu đen thái lát
- 1/3 chén ô liu xanh thái lát
- 3 quả dưa chua ngọt (thái lát mỏng)
- 1/2 củ hành tây nhỏ (băm nhỏ hoặc thái nhỏ)
- 1/2 chén nước sốt salad (Miracle Whip hoặc không có tên)
- Muối và hạt tiêu cho vừa ăn
- Bất kỳ loại rau nào khác mà bạn thích hoặc muốn thay thế

HƯỚNG DẪN:
a) Luộc mì (khoảng 10 phút).
b) Trong khi mì ống đang sôi, hãy thực hiện công việc chuẩn bị cho rau của bạn.
c) Xả mì và rửa sạch bằng nước lạnh cho đến khi mì nguội.
d) Thêm nước sốt salad, muối và hạt tiêu. Trộn đều.
e) Thêm tất cả các loại rau xắt nhỏ vào mì ống.
f) Thêm cá ngừ vào hỗn hợp. Thì đấy!

35. Salad cá ngừ Chow Mein

THÀNH PHẦN:
CÁCH ĂN MẶC:
- 1/3 cốc sốt mayonnaise và kem chua (hoặc sữa chua Hy Lạp)
- 1/4 muỗng cà phê muối (điều chỉnh theo khẩu vị)
- 3/4 thìa cà phê bột tỏi
- 1/8 muỗng cà phê tiêu đen

XA LÁT:
- 1 đầu rau xà lách, rách
- 12 oz cá ngừ albacore, để ráo nước và cắt thành miếng
- 1 chén đậu xanh đông lạnh, rã đông
- 1 lon mì mein (khoảng 1 cốc đầy)

HƯỚNG DẪN:
a) Khuấy các nguyên liệu làm nước sốt và đặt sang một bên.
b) Trộn đậu Hà Lan, cá ngừ và rau diếp.
c) Khuấy trong nước sốt.
d) Cuối cùng, cho mì chow mein vào và dùng ngay!

36. Salad Mostaccioli Nicoise

THÀNH PHẦN:
- 1 pound Mostaccioli hoặc mì ống penne, chưa nấu chín
- 2 pound đậu xanh tươi, hấp cho đến khi mềm giòn
- 2 quả ớt xanh vừa, cắt thành khối
- 1 pint cà chua bi, cắt tư
- 2 chén cần tây thái lát
- 1 chén hành lá thái lát
- 10-20 quả ô liu chín (Kalamata), thái lát (hoặc nếm thử)
- 2 lon (7 ounce) cá ngừ trắng ngâm nước (Albacore), để ráo nước và vẩy

CÁCH ĂN MẶC:
- 1/2 chén dầu ô liu hoặc dầu thực vật
- 1/4 chén giấm rượu vang đỏ
- 3 tép tỏi, băm nhỏ
- 4 muỗng cà phê mù tạt kiểu Dijon
- 1 muỗng cà phê gia vị thảo mộc không có muối
- 1 muỗng cà phê lá húng quế (tươi hoặc khô)
- 1/4 thìa cà phê tiêu

HƯỚNG DẪN:
a) Chuẩn bị mì ống theo hướng dẫn trên bao bì.
b) Trong khi nấu mì ống, cắt nhỏ rau và ô liu, kết hợp với cá ngừ trong một tô lớn.
c) Trộn đều dầu, giấm, tỏi, mù tạt, gia vị thảo mộc, húng quế và tiêu.
d) Sau khi mì ống chín, để ráo nước và cho vào tô lớn cùng với rau.
e) Đổ nước sốt lên mì ống và khuấy đều để kết hợp kỹ.
f) Đậy nắp và để lạnh cho đến khi hương vị hòa quyện (khoảng 1-2 giờ, lâu hơn để có hương vị ngon hơn).
g) Thỉnh thoảng khuấy đều trong khi nguội, sau đó phục vụ và thưởng thức!

37.Mì vòng và Salad cá ngừ sốt Pimento

THÀNH PHẦN:
- 1 hộp mì vòng nhỏ
- 1 lọ pimentos (xắt nhỏ)
- 1/2 chén cần tây xắt nhỏ
- 1/2 chén hành lá (thái nhỏ)
- 1 lon cá ngừ albacore (đã ráo nước)
- 1 cốc sốt mayonaise

HƯỚNG DẪN:
a) Luộc mì vòng nhỏ trong nước muối cho đến khi chín. Xả và rửa sạch bằng nước lạnh cho đến khi nguội.
b) Trộn với pimentos cắt nhỏ, cần tây, hành lá, cá ngừ ráo nước và sốt mayonnaise.
c) Làm lạnh và phục vụ trên lá romaine. Lý tưởng cho bữa trưa mùa hè.

38. Salad cá ngừ roi

THÀNH PHẦN:
- 2 lon cá ngừ albacore trong nước
- 3/4 chén phô mai sữa đông lớn (bạn có thể sử dụng loại ít béo)
- 1 muỗng cà phê thì là
- 1 muỗng cà phê đường (tùy chọn)
- 1 muỗng canh Miracle Whip
- Muối và hạt tiêu cho vừa ăn

HƯỚNG DẪN:
a) Kết hợp tất cả các thành phần trong một bát.
b) Trộn đều và ăn.
c) Có thể ăn riêng hoặc ăn kèm bánh mì. Có thể thưởng thức cùng bánh mì ngũ cốc cắt dày hoặc với bánh quy giòn làm từ lúa mì nguyên hạt.

39.Salad cá ngừ mì ống

THÀNH PHẦN:
- 12 ounce cá ngừ albacore đóng hộp trong nước, để ráo nước và vẩy
- Gói 8 ounce mì ống vỏ nhỏ
- 2 quả trứng luộc chín, thái nhỏ
- 1/4 chén ớt xanh hoặc đỏ, xắt nhỏ
- 2 cọng cần tây, xắt nhỏ
- 1 bó hành lá, xắt nhỏ
- 1 chén đậu xanh đông lạnh, nấu chín và để nguội
- 3/4 cốc sốt mayonaise
- 2 muỗng canh dưa chua
- 1 thìa cà phê muối
- 1 thìa cà phê tiêu đen mới xay

HƯỚNG DẪN:
a) Nấu mì ống theo hướng dẫn trên bao bì, để ráo nước và rửa sạch bằng nước lạnh.
b) Để mì ống nguội, sau đó thêm cá ngừ, trứng, hạt tiêu, cần tây, hành tây và đậu Hà Lan. Trộn đều.
c) Trong một bát nhỏ, trộn đều sốt mayonaise, dưa chua, muối và tiêu.
d) Thêm hỗn hợp sốt mayonnaise vào mì ống và trộn đều.
e) Đặt trong tủ lạnh vài giờ trước khi phục vụ.

40.Salad cá ngừ đậu tuyết khỏa thân

THÀNH PHẦN:
- 12 oz Cá ngừ albacore trắng
- 1/8 chén đậu ngọt cắt tươi
- 1 nhánh vừa trái tim cần tây tươi
- 1/2 chén hành lá
- 1 cốc mùi tây
- 1/2 cốc củ đậu
- 1 muỗng cà phê thì là
- 1/4 muỗng cà phê gia vị, ớt cayenne
- 1/4 muỗng cà phê muối
- 1/2 chén sốt mayonaise

HƯỚNG DẪN:
a) Gọt vỏ đậu Hà Lan, sau đó thái hạt lựu cần tây, hành lá và củ đậu. Rau mùi tây băm nhỏ.
b) Xả hai lon cá ngừ, trộn đều và trộn đều.
c) Thư giãn trong một giờ trước khi phục vụ.
d) Ăn kèm với rau xanh tươi hoặc cuộn lại trong màng bọc thực phẩm. Có thể dùng để bọc cá ngừ nóng nếu bạn có máy ép panini.

41. Salad Hải Vương

THÀNH PHẦN:
- 12-14 oz. Cá ngừ trắng Albacore, để ráo nước
- 6 quả cà chua khô ngâm dầu, thái nhỏ
- 2 muỗng canh rau mùi tây xắt nhỏ
- 1/2 cốc Marzetti® Balsamic Dressing, chia đôi
- 8 ounce rau trộn salad đã làm sạch
- 1/2 quả dưa chuột Anh, cắt đôi và cắt thành lát 1/4 inch
- 2 quả cà chua chín cắt thành 6 múi mỗi quả
- 1 cốc bánh mì nướng Texas muối biển và hạt tiêu Croutons®

HƯỚNG DẪN:
a) Trong một bát trộn vừa, kết hợp cá ngừ, cà chua khô, rau mùi tây và 2 muỗng canh Marzetti® Balsamic Dressing.
b) Trong một bát phục vụ, kết hợp rau xà lách, dưa chuột và cà chua. Trộn với Marzetti® Balsamic Dressing còn lại.
c) Múc hỗn hợp cá ngừ lên rau xanh và rắc bánh mì nướng muối biển và tiêu Texas Toast.
d) Phục vụ.

42. Salad kem ớt chuông và cá ngừ cà chua

THÀNH PHẦN:
- 2 lon lớn cá ngừ albacore màu trắng đóng gói trong nước, để ráo nước
- 1/4 quả ô liu kalamata bỏ hạt, để ráo nước và cắt nhỏ HOẶC 1/4 quả ô liu nữ hoàng Tây Ban Nha, để ráo nước và cắt lát
- 1/2 quả ớt chuông đỏ, bỏ hạt và cắt nhỏ (hoặc ớt đỏ rang)
- 2 muỗng canh nụ bạch hoa, để ráo nước
- 1/4 củ hành đỏ, thái hạt lựu
- 2 quả cà chua roma, xắt nhỏ
- Nước ép từ một quả chanh
- mayonaise
- 2 muỗng cà phê mù tạt Dijon
- Tiêu đen xay tươi
- Một vài ly gia vị Old Bay

HƯỚNG DẪN:
a) Kết hợp tất cả các thành phần ngoại trừ mayo trong một tô trộn lớn.
b) Mỗi lần thêm một ít mayo cho đến khi đạt được độ đặc mong muốn; thêm vào thì dễ hơn là lấy đi.
c) Thư giãn cho đến khi phục vụ.
d) Phục vụ trên bánh mì Pháp giòn với phô mai cheddar hoặc trên rau diếp lá xanh.
e) Không cần muối vì nó có rất nhiều từ ô liu và nụ bạch hoa.
f) Người dùng

43. Salad cá ngừ Olio Di Oliva

THÀNH PHẦN:
- 1 lon cá ngừ Albacore ngâm nước 5 ounce
- 1/4 cốc cà chua thái hạt lựu
- 1/4 chén cần tây thái hạt lựu
- 1/8 chén ô liu Kalamata thái hạt lựu
- 1 muỗng cà phê nụ bạch hoa
- 1/4 muỗng cà phê húng quế khô
- 1/4 muỗng cà phê lá oregano khô
- 1/4 muỗng cà phê mùi tây khô
- 1 muỗng canh dầu ô liu
- 1 1/2 muỗng canh giấm rượu vang đỏ
- Muối và hạt tiêu cho vừa ăn
- 2 muỗng cà phê hạt thông (tùy chọn)

HƯỚNG DẪN:
a) Xả tốt cá ngừ đóng hộp.
b) Đặt vào một cái bát và thêm phần còn lại của các thành phần.
c) Quăng nhẹ nhàng để trộn.
d) Để nguội hoặc ăn ngay.

44. Salad Tortellini cá ngừ

THÀNH PHẦN:
- 1 (19-oz.) gói tortellini phô mai đông lạnh
- 1 hộp cá ngừ albacore (12-oz.), rửa sạch và để ráo nước
- 1/4 chén ô liu xanh thái lát
- 1/4 chén ô liu đen thái lát
- 1/4 chén ớt chuông đỏ thái hạt lựu
- 2 muỗng canh hành ngọt xắt nhỏ
- 2 muỗng canh mùi tây tươi xắt nhỏ
- 2 muỗng canh sốt mayonaise
- 1 muỗng canh giấm rượu vang đỏ
- 1 thìa cà phê Herbales de Provence (hoặc 1 thìa cà phê gia vị Ý khô)
- 1/4 cốc dầu hạt cải
- Muối để nếm
- Trang trí: nhánh mùi tây tươi

HƯỚNG DẪN:
a) Nấu tortellini theo hướng dẫn trên bao bì; làm khô hạn. Ngâm vào nước đá để dừng quá trình nấu; để ráo nước và cho vào tô lớn.
b) Khuấy cá ngừ và 5 nguyên liệu tiếp theo.
c) Trộn đều sốt mayonnaise, giấm rượu vang đỏ và Herbales de Provence. Thêm dầu vào từ từ, đều đặn, đánh liên tục cho đến khi mịn.
d) Đổ hỗn hợp tortellini lên trên, trộn đều. Khuấy muối cho vừa ăn.
e) Che và thư giãn trong ít nhất 25 phút. Trang trí, nếu muốn.

45. Gỏi cá ngừ khu phố

THÀNH PHẦN:
- 2 lon cá ngừ tongol hoặc cá ngừ albacore
- 1 củ hành vừa, xắt nhỏ
- 2 cọng cần tây, cắt thành khối 1/4"
- 1 quả trứng, đánh bông
- 2 muỗng canh kem sherry
- 1 muỗng cà phê gia vị cajun
- Dầu ô liu mayonnaise để nếm thử
- 1 muỗng canh pimentos thái hạt lựu, để ráo nước
- Dầu ô liu nguyên chất
- Giấm balsamic
- 8-10 oz rau arugula hoang dã, rửa sạch

HƯỚNG DẪN:

a) Trong một cái chảo nhỏ, xào hành tây với một ít dầu ô liu cho đến khi nó bắt đầu mềm.

b) Thêm cần tây và tiếp tục xào cho đến khi hành tây mềm hoàn toàn và hơi ngả sang màu nâu.

c) Thêm trứng đã đánh vào và tiếp tục nấu, khuấy đều cho đến khi trứng chín. Giảm nhiệt.

d) Để ráo cá ngừ và cho vào tô vừa. Thêm 2 muỗng canh dầu ô liu, sherry, pimentos và gia vị Cajun, sau đó trộn.

e) Thêm sốt mayonnaise đến độ kem mong muốn, nhưng ít nhất là 2 muỗng canh. Kết hợp với hỗn hợp trứng và hành tây.

f) Để phục vụ, chia rau arugula vào 4 đĩa khai vị. Rắc giấm và dầu ô liu. Đặt một miếng salad cá ngừ vào mỗi cái.

SALAD CÁ NGỪ ĐÓNG HỘP KHÁC

46. Salad cà chua và cá ngừ phơi nắng

THÀNH PHẦN:
- 10 quả cà chua phơi nắng , làm mềm và thái hạt lựu
- dầu ô liu nguyên chất, 2 muỗng canh
- nước cốt chanh, ½ muỗng canh
- 1 tép tỏi, băm nhỏ
- mùi tây thái nhỏ, 3 muỗng canh
- 2 (5 oz) lon cá ngừ , vẩy
- 2 xương sườn cần tây, thái hạt lựu
- Chú ý muối và hạt tiêu ít natri

HƯỚNG DẪN:

a) Kết hợp cần tây thái hạt lựu, cà chua, dầu ô liu nguyên chất, tỏi, rau mùi tây và nước cốt chanh với cá ngừ.

b) Nêm hạt tiêu và muối ít natri.

47. Salad cá ngừ kiểu Ý

THÀNH PHẦN:
- 10 quả cà chua phơi nắng
- 2 (5 oz) lon cá ngừ
- 1-2 xương sườn cần tây, thái hạt lựu
- 2 muỗng canh dầu ô liu nguyên chất
- 1 tép tỏi, băm nhỏ
- 3 muỗng canh rau mùi tây thái nhỏ
- 1/2 muỗng canh nước cốt chanh
- Chú ý muối và hạt tiêu ít natri

HƯỚNG DẪN:

a) Chuẩn bị cà chua phơi nắng bằng cách ngâm chúng trong nước ấm trong 30 phút cho đến khi mềm. Sau đó, thấm khô cà chua rồi thái nhỏ.

b) Tách cá ngừ.

c) Trộn cá ngừ với cà chua xắt nhỏ, cần tây, dầu ô liu nguyên chất, tỏi, rau mùi tây và nước cốt chanh. Thêm muối và hạt tiêu ít natri.

48. Salad cá ngừ châu Á

THÀNH PHẦN:
- 2 (5 oz.) lon cá ngừ, để ráo nước
- ½ chén bắp cải đỏ thái nhỏ
- 1 củ cà rốt bào lớn
- 1 tép tỏi, băm nhỏ
- 1 muỗng cà phê ớt đỏ (tùy chọn)
- 1 muỗng cà phê gừng, xay
- 1 muỗng cà phê dầu mè nướng
- 2 muỗng canh dầu ô liu
- 3 muỗng canh giấm gạo
- 1 muỗng cà phê đường
- 2 muỗng canh rau mùi tươi xắt nhỏ
- 1 hành lá, xắt nhỏ
- Muối và hạt tiêu đen cho vừa ăn

HƯỚNG DẪN:
a) Thêm tất cả các thành phần vào tô salad và trộn đều.
b) Ăn kèm với bánh mì hoặc trên chén rau diếp.

49.Salad cá ngừ La Mã

THÀNH PHẦN:
- 1 muỗng canh nước cốt chanh
- 2 xương sườn cần tây, thái hạt lựu
- 1 tép tỏi, băm nhỏ
- 3 muỗng canh mùi tây
- 2 muỗng canh dầu ô liu nguyên chất
- 10 quả cà chua phơi nắng , thường ngâm trong nước ấm và cắt nhỏ
- 10 oz. lon cá ngừ, vảy
- Chú ý muối và hạt tiêu ít natri

HƯỚNG DẪN:
a) Cho tất cả vào tô trộn.
b) Thưởng thức.

50.Salad cá ngừ khai vị ít carb

THÀNH PHẦN:
- 10 quả cà chua phơi nắng , làm mềm và thái hạt lựu
- 2 (5 oz) lon cá ngừ , vẩy
- 1-2 xương sườn cần tây, thái hạt lựu
- 2 muỗng canh dầu ô liu nguyên chất
- 1 tép tỏi, băm nhỏ
- 3 muỗng canh rau mùi tây thái nhỏ
- ½ muỗng canh nước cốt chanh
- Chú ý muối và hạt tiêu ít natri

HƯỚNG DẪN:

a) Trộn cá ngừ với cà chua xắt nhỏ, cần tây, dầu ô liu nguyên chất, tỏi, rau mùi tây và nước cốt chanh.

b) Thêm muối và hạt tiêu có hàm lượng natri thấp.

51. Chuẩn bị bữa ăn salad cá ngừ

THÀNH PHẦN:
- 2 quả trứng lớn
- 2 (5 ounce) lon cá ngừ ngâm nước, để ráo nước và vẩy
- ½ cốc sữa chua Hy Lạp không béo
- ¼ chén cần tây thái hạt lựu
- ¼ chén hành đỏ thái hạt lựu
- 1 muỗng canh mù tạt Dijon
- 1 muỗng canh dưa chua ngọt (tùy chọn)
- 1 muỗng cà phê nước cốt chanh mới vắt, hoặc nhiều hơn tùy theo khẩu vị
- ¼ thìa cà phê bột tỏi
- Muối Kosher và hạt tiêu đen mới xay, vừa ăn
- 4 lá xà lách Bibb
- ½ chén hạnh nhân sống
- 1 quả dưa chuột, thái lát
- 1 quả táo, thái lát

HƯỚNG DẪN:

a) Đặt trứng vào một cái chảo lớn và phủ nước lạnh khoảng 1 inch. Đun sôi và nấu trong 1 phút. Đậy nắp nồi thật kín và tắt bếp; để yên trong 8 đến 10 phút. Xả sạch và để nguội trước khi gọt vỏ và cắt đôi.

b) Trong một bát vừa, kết hợp cá ngừ, sữa chua, cần tây, hành tây, mù tạt, gia vị, nước chanh và bột tỏi; nêm muối và hạt tiêu cho vừa ăn.

c) Chia lá rau diếp vào hộp đựng chuẩn bị bữa ăn. Phủ hỗn hợp cá ngừ lên trên và thêm trứng, hạnh nhân, dưa chuột và táo vào một bên. Sẽ để trong tủ lạnh từ 3 đến 4 ngày.

52. Salad Kiwi và cá ngừ

THÀNH PHẦN:
- 1 lon cá ngừ, để ráo nước
- 2 quả kiwi, gọt vỏ và thái lát
- 1 củ hành đỏ nhỏ, thái lát mỏng
- 2 muỗng canh dầu ô liu
- 1 muỗng canh giấm balsamic
- Muối và hạt tiêu cho vừa ăn
- Lá xà lách trộn

HƯỚNG DẪN:
a) Trong một bát nhỏ, trộn dầu ô liu và giấm balsamic để làm nước sốt.
b) Trong một tô lớn, trộn cá ngừ, kiwi, hành đỏ và lá salad trộn với nhau.
c) Đổ nước sốt lên món salad và trộn đều.
d) Nêm muối và hạt tiêu cho vừa ăn.

53.Salad cá ngừ Antipasto

THÀNH PHẦN:
- 1/2 cốc sữa chua nguyên chất
- 1/3 cốc sốt mayonaise
- 1/4 chén húng quế xắt nhỏ
- 1/4 thìa cà phê tiêu
- 1/2 quả dưa chuột kiểu Anh
- 1 quả ớt chuông
- 2 cốc cà chua bi; giảm đi một nửa
- 1 1/2 chén ngọc trai bocconcini
- 1/2 chén ô liu xanh với ớt
- 2 muỗng canh ớt cay ngâm và cắt nhỏ
- 2 lon cá ngừ cắt khúc, để ráo nước
- Xà lách xanh

HƯỚNG DẪN:
a) Trong một tô lớn, trộn sữa chua, sốt mayonnaise, húng quế và hạt tiêu.
b) Trộn kỹ.
c) Thêm dưa chuột, ớt chuông, cà chua, bocconcini, ô liu và ớt cay.
d) Quẳng vào áo khoác.
e) Dùng nĩa khuấy nhẹ cá ngừ, để thành từng miếng vừa ăn.
f) Phục vụ trên rau xanh.

54. Salad cá ngừ ô liu chín và atisô

THÀNH PHẦN:
- 2 lon cá ngừ nhẹ, để ráo nước và vẩy
- 1 chén atisô đóng hộp cắt nhỏ
- 1/4 chén ô liu thái lát
- 1/4 chén hành lá xắt nhỏ
- 1/3 cốc mayo
- 3 tép tỏi, băm nhỏ
- 2 thìa nước cốt chanh
- 1 1/2 thìa cà phê oregano tươi xắt nhỏ hoặc 1/2 thìa cà phê khô

HƯỚNG DẪN:
a) Trong một bát vừa, kết hợp tất cả các thành phần.
b) Dọn trên rau diếp hoặc rau bina với cà chua thái lát hoặc dùng để nhồi cà chua rỗng hoặc vỏ bánh phồng.

55.Salad Macaroni cá ngừ

THÀNH PHẦN:
- 1 (7 ounce) hộp mì ống vòng, được chế biến theo hướng dẫn trên hộp
- 1 (8 1/2 ounce) lon Le Sueur đậu Hà Lan đầu tháng 6, để ráo nước (hoặc 1 cốc đậu xanh đông lạnh Green Giant Select Le Sueur, đã rã đông)
- 1 chén cần tây, thái hạt lựu
- 2 (6-ounce) lon cá ngừ, để ráo nước
- 1/4 chén hành tây, thái hạt lựu
- 1 cốc cây roi kỳ diệu
- 1 thìa cà phê muối (hoặc ít hơn, tùy khẩu vị)

HƯỚNG DẪN:
a) Nhẹ nhàng trộn tất cả các thành phần lại với nhau và để trong tủ lạnh trong 2 đến 3 giờ.

56. Gỏi Bơ Cá Ngừ

THÀNH PHẦN:
- 2 quả trứng luộc chín
- 1 quả bơ
- 1/2 muỗng canh nước cốt chanh
- 8 ounce cá ngừ
- 3 muỗng canh sốt mayonnaise
- 1/2 chén hành tây, xắt nhỏ
- 2 muỗng canh thì là dưa chua, xắt nhỏ
- 2 muỗng cà phê nước sốt ớt lỏng
- 1 1/2 muỗng cà phê muối
- 1 rau diếp, thái nhỏ

HƯỚNG DẪN:
a) Trong một cái bát, trộn trứng luộc chín với bơ rắc nước cốt chanh để tránh bị đổi màu.
b) Nghiền kỹ bằng nĩa.
c) Trong tô phục vụ, trộn cá ngừ (đã ráo nước) với sốt mayonnaise, hành tây xắt nhỏ, dưa chua thì là xắt nhỏ, nước sốt ớt lỏng và muối.
d) Khuấy hỗn hợp trứng.
e) Phục vụ trên rau diếp cắt nhỏ.

57. Salad cá ngừ cơm Barcelona

THÀNH PHẦN:
- 1/3 chén dầu ô liu
- 1/2 chén giấm rượu vang đỏ
- 1 tép tỏi, băm nhuyễn
- 1/2 thìa cà phê muối
- 1 muỗng canh mù tạt Dijon
- 2 1/2 chén gạo hạt dài nấu chín
- Cá ngừ đóng hộp 5 ounce, để ráo nước
- 1/2 chén ô liu xanh thái lát nhồi pimentos
- 1 quả ớt chuông đỏ, bỏ lõi, bỏ hạt và thái lát
- 1 quả dưa chuột vừa, gọt vỏ và cắt nhỏ
- 1 quả cà chua, xắt nhỏ
- 1/4 chén mùi tây tươi băm nhỏ

HƯỚNG DẪN:
a) Trộn đều dầu, giấm, tỏi, muối và mù tạt Dijon trong một bát thủy tinh nhỏ.
b) Trộn các nguyên liệu còn lại trừ rau mùi tây, sau đó đổ nước sốt vào và khuấy nhẹ để hòa quyện.
c) Đậy nắp và để ướp trong tủ lạnh, sau đó trộn rau mùi tây trước khi dùng.

58. Salad mì ống cá ngừ lạnh với Bowtie Mac

THÀNH PHẦN:
- 1 (32-ounce) túi mì ống nơ lớn
- 6 (6 ounce) lon cá ngừ
- 1 bó cần tây
- 1 quả dưa chuột nhỏ
- 1 củ hành đỏ
- 2 lon ô liu đen
- 1 lọ thì là dưa chua (10-12 ounce)
- Mayonnaise (Mayo nhẹ nếu muốn)
- Muối và hạt tiêu

HƯỚNG DẪN:
a) Luộc mì ống theo hướng dẫn.
b) Trong khi chuẩn bị mì ống, hãy chuẩn bị các nguyên liệu khác.
c) Cắt cần tây, cắt nhỏ dưa chua, hành tây, ô liu và dưa chuột.
d) Khi mì ống đã xong, cho vào tô LỚN.
e) Bắt đầu sử dụng khoảng một nửa số mì ống và thêm nhiều hơn nếu muốn.
f) Trộn cá ngừ và các nguyên liệu còn lại cùng với muối và hạt tiêu.
g) Điều chỉnh mayo theo ý thích của bạn. Thưởng thức!

59.Salad cá ngừ đậu đen

THÀNH PHẦN:
- 1 lon cá ngừ, để ráo nước
- 1 lon đậu đen, để ráo nước (không rửa sạch)
- 1 quả cà chua, xắt nhỏ
- Đậu phụ (tùy chọn, theo ý của bạn)
- 1 thìa canh (Alouette) phô mai phết tỏi và thảo dược (như frischkäse hoặc neufchatel)
- 1/4 cốc kem nặng
- Salad rau trộn
- Sốt dầu ớt (tùy chọn)

HƯỚNG DẪN:
a) Cho chả cá và kem vào tô.
b) Thêm cá ngừ và đậu đen. Trộn nhẹ.
c) Cho hỗn hợp vào lò vi sóng khoảng 2-3 phút cho đến khi chả cá tan chảy. Khuấy.
d) Đặt rau salad vào đĩa.
e) Múc một phần đậu và cá ngừ vào giữa món salad.
f) Rắc cà chua và bẻ một ít đậu phụ lên trên.
g) Thêm băng nếu muốn. (Hãy thử món sốt dầu ớt tự làm với dầu mè, nước tương, ớt nướng thái hạt lựu. Khuấy và đổ)
h) Thưởng thức!

60. Salad gạo lứt và cá ngừ

THÀNH PHẦN:
- 1 1/5 chén gạo lứt hoặc gạo hạt dài khác
- 1/2 chén giấm balsamic
- 250 gram dưa chuột, chưa gọt vỏ, cắt thành khối 1 cm
- 1/2 chén củ cải nhỏ, cắt đôi
- 1 cọng cần tây, xắt nhỏ
- 60 gram lá rocket bé
- 450 gram cá ngừ ngâm nước, để ráo nước và bong vảy
- Tiêu vừa ăn (không muối vì cá ngừ đã đủ mặn rồi)

HƯỚNG DẪN:

a) Nấu cơm theo hướng dẫn trên bao bì, để ráo nước và để nguội trong 10 phút.
b) Khuấy balsamic qua cơm và để yên trong 15 phút.
c) Cho tất cả các nguyên liệu còn lại vào cơm, thêm hạt tiêu cho vừa ăn, trộn đều.
d) Ăn kèm hoặc trên lát bánh mì nâu.

61. Salad cá ngừ đậu xanh

THÀNH PHẦN:
CÁCH ĂN MẶC:
- 1 muỗng cà phê bạc hà khô hoặc vài miếng tươi băm nhỏ
- 1/2 thìa cà phê bột tỏi hoặc dùng tươi tùy khẩu vị
- 1/4 muỗng cà phê quế xay
- 1/2 muỗng cà phê muối
- 1/3 chén giấm táo
- 1/4 chén dầu yêu thích

RAU:
- 1 chén cần tây thái hạt lựu hoặc thái lát (bao gồm cả lá trên cùng)
- 1/2 đến 1 quả ớt chuông đỏ thái hạt lựu
- 8 oz hạt dẻ nước cắt lát, để ráo nước
- 15 oz đậu garbanzo (đậu xanh, ceci), để ráo nước và rửa sạch
- 1 chén hành đỏ thái mỏng
- 1 quả cà chua lớn, thái hạt lựu
- Cá ngừ

HƯỚNG DẪN:
a) Thêm tất cả các thành phần làm nước sốt lại với nhau và đánh thật kỹ.
b) Cho tất cả các loại rau vào tô lớn và rưới nước sốt lên.
c) Bảo quản tốt trong tủ lạnh và có hương vị tuyệt vời nếu ướp trong vài giờ.
d) Đặt trên luống rau xanh/rau diếp hoặc dùng như một món ăn tươi.
e) Thêm cá ngừ bào hoặc gà nướng để có một biến thể ngon miệng hơn.

62.Gỏi Cá Ngừ Xắt Nhỏ

THÀNH PHẦN:
- 2 muỗng canh giấm rượu trắng
- 1/4 thìa cà phê muối
- 1/8 thìa cà phê tiêu đen mới xay
- 1/4 chén dầu ô liu nguyên chất
- 1 đầu rau diếp romaine, cắt thành miếng 1"
- 1 lon đậu xanh, để ráo nước và rửa sạch
- Cá ngừ đóng hộp 5 ounce, để ráo nước và bong vảy
- 1/2 chén ô liu đen, bỏ hạt và thái lát
- 1/2 củ hành đỏ, cắt thành miếng 1/4"
- 2 chén mùi tây xoăn tươi, thái nhỏ

HƯỚNG DẪN:
a) Đặt giấm vào một bát salad lớn.
b) Thêm muối và tiêu.
c) Từ từ thêm dầu vào đều đặn, đánh đều để nhũ hóa.
d) Thêm các thành phần còn lại vào tô và trộn đều để kết hợp.

63.Salad cổ điển Nicoise với cá ngừ

THÀNH PHẦN:
- 115g đậu xanh (bóc vỏ và cắt đôi)
- 115g lá xà lách trộn
- 1/2 quả dưa chuột nhỏ (thái lát mỏng)
- 4 quả cà chua chín (cắt tư)
- 50g cá cơm đóng hộp (để ráo nước) - tùy chọn
- 4 quả trứng (luộc chín & cắt làm tư HOẶC luộc)
- 1 hộp cá ngừ ngâm nước muối nhỏ
- Muối và tiêu đen xay
- 50g ô liu đen nhỏ - tùy chọn

CÁCH ĂN MẶC:
- 4 muỗng canh dầu ô liu nguyên chất
- 2 tép tỏi (nghiền nát)
- 1 muỗng canh giấm rượu trắng

HƯỚNG DẪN:

a) Để làm nước sốt, trộn 3 nguyên liệu cuối cùng với nhau và nêm muối và tiêu đen cho vừa ăn, sau đó đặt sang một bên.

b) Nấu đậu xanh trong khoảng 2 phút (chần) hoặc cho đến khi hơi mềm thì vớt ra để ráo nước.

c) Trong một tô lớn, trộn lá salad, dưa chuột, cà chua, đậu xanh, cá cơm, ô liu và nước sốt.

d) Phủ lên trên (các) quả trứng và cá ngừ vảy (để nó không bị mất hình dạng).

e) Phục vụ ngay và thưởng thức!

64. Salad đậu xanh và cá ngừ

THÀNH PHẦN:
- 2 muỗng cà phê dầu
- 1 quả cà chua bi, cắt đôi
- 1 cốc couscous
- 1 cốc nước, đun sôi
- 80g rau muống non
- 400g đậu xanh đã ráo nước
- 185g cá ngừ ngâm dầu, để ráo nước và bong vảy
- 90g phô mai feta, vụn
- 1/3 chén ô liu Kalamata bỏ hạt, thái lát

CÁCH ĂN MẶC:
- 2 muỗng canh dầu ô liu
- 1 muỗng canh giấm balsamic
- 2 muỗng canh xi-rô cây phong

HƯỚNG DẪN:
a) Đun nóng dầu trong chảo vừa ở nhiệt độ cao. Thêm cà chua vào, nấu khoảng 1-2 phút cho đến khi mềm thì chuyển ra đĩa.
b) Đặt couscous vào một cái tô lớn, đổ nước vào và để yên trong khoảng 5 phút cho đến khi chất lỏng thấm vào. Xới tung bằng nĩa.
c) Làm nước sốt: Trộn đều tất cả các nguyên liệu trong bình và nêm gia vị cho vừa ăn.
d) Cho rau bina, đậu xanh, cá ngừ, feta và ô liu qua couscous, cùng với cà chua và nước sốt.
e) Ăn kèm với bánh mì giòn. Thưởng thức!

65. Salad cá ngừ, dứa và quýt

THÀNH PHẦN:
- 20 ounce dứa cắt lát, dự trữ 2 muỗng canh nước ép
- Cá ngừ trắng đóng hộp 7 ounce, để ráo nước
- lon 11 ounce cam quýt, để ráo nước
- 1 quả dưa chuột vừa, gọt vỏ và thái hạt lựu
- 1/4 chén hành lá xắt nhỏ
- Lá xà lách để trang trí đĩa
- 1 cốc sốt mayonaise
- 1 muỗng canh nước cốt chanh

HƯỚNG DẪN:
a) Xả các lát dứa, giữ lại 2 muỗng canh. để thay đồ.
b) Trong một bát vừa, chia nhỏ cá ngừ thành từng miếng lớn, sau đó trộn với các miếng cam, dưa chuột và hành lá.
c) Xếp 5 đĩa salad với lá xà lách.
d) Múc hỗn hợp cá ngừ lên trên rau diếp trên đĩa.
e) Đặt 2 lát dứa lên trên mỗi đĩa.
f) Để thay đồ, trộn 2 muỗng canh với nhau. nước ép dứa với sốt mayonnaise và nước cốt chanh.
g) Rưới nước sốt lên từng phần salad và dùng ngay.

66.Salad cá ngừ tươi và ô liu

THÀNH PHẦN:
- 1/2 chén cần tây thái hạt lựu
- 1/2 chén hành tây Tây Ban Nha thái hạt lựu
- 1/4 cốc cà rốt thái hạt lựu
- 1/2 lá nguyệt quế
- 1/2 chén rượu trắng khô
- 2 quả chanh
- 1 nhánh kinh giới tươi
- 1 nhánh húng tây tươi
- 1 pound cá ngừ tươi không da, cắt nhỏ
- 1/4 chén ớt chuông đỏ thái hạt lựu
- 1/4 chén ô liu đen đã được xử lý khô bỏ hạt thái lát
- 3 muỗng canh dầu ô liu
- 2 muỗng canh lá mùi tây tươi xắt nhỏ
- 1 1/2 muỗng canh nước cốt chanh mới vắt
- 1 muỗng cà phê nước sốt nóng
- Muối và hạt tiêu đen mới xay

HƯỚNG DẪN:

a) Trong một cái chảo vừa, kết hợp 1/4 cốc cần tây, 1/4 cốc hành tây, cà rốt, lá nguyệt quế, rượu vang trắng, chanh, kinh giới, húng tây và 1 1/2 cốc nước. Đun sôi, sau đó giảm nhiệt để đun sôi trong 5 phút.

b) Nhẹ nhàng thả cá ngừ vào chất lỏng và luộc cho đến khi chín, khoảng 12 đến 15 phút. Lấy cá ngừ ra và để nguội. Sau khi nguội, chia nó thành từng mảnh lớn.

c) Lọc chất lỏng nấu qua lưới lọc mịn vào nồi khác. Loại bỏ chất rắn. Đun sôi chất lỏng đã lọc, giảm xuống còn 1/4 cốc và gần như dạng siro (10 đến 15 phút). Hủy bỏ nhiệt và để nguội.

d) Trong một tô lớn, kết hợp cá ngừ, 1/4 chén hành tây còn lại, ớt đỏ, ô liu, dầu ô liu, rau mùi tây, nước cốt chanh, nước sốt nóng và 2 muỗng canh nước nấu đã giảm bớt. Đổ bỏ phần nước nấu còn lại.

e) Trộn nhẹ nhàng nhưng kỹ lưỡng và nêm muối và hạt tiêu cho vừa ăn.

f) Sử dụng làm nhân bánh sandwich hoặc làm thành phần salad.

67. Gỏi Xoài Nấm Bơ Cá Ngừ

THÀNH PHẦN:
- Lon cá ngừ Serena (khẩu phần tùy theo số lượng người)
- xà lách bơ
- Nấm
- cà chua cherry
- Ngô ngọt (lon)
- dưa chuột Lebanon
- Xoài đóng hộp
- thời trang Pháp

HƯỚNG DẪN:
a) Rửa sạch tất cả các sản phẩm và cắt/xé rau diếp thành từng miếng vừa ăn.
b) Cắt các nguyên liệu khác theo ý muốn.
c) Trộn salad bằng cách cho rau diếp vào tô, thêm đều cá ngừ, sau đó xếp từng lớp cà chua, nấm, dưa chuột, xoài và rưới nước sốt lên trên.
d) Không cần phải quăng hay trộn, phục vụ hay ăn ngay. Thưởng thức!

68. Salad củ cải và khoai tây Hy Lạp

THÀNH PHẦN:
- 1/4 chén dầu sa-lát
- 2 muỗng canh giấm rượu ngon hoặc hỗn hợp giấm và nước cốt chanh
- 1/4 muỗng cà phê mù tạt khô
- Tiêu xay tươi
- 4 chén khoai tây nấu nóng thái hạt lựu
- 2 chén củ cải nấu chín hoặc đóng hộp
- 1 củ hành Bermuda cỡ vừa, thái lát mỏng
- 1 muỗng canh bạch hoa cắt nhỏ
- 1/4 chén thì là cắt nhỏ dưa chua
- 1/2 chén ô liu chín, cắt thành miếng lớn
- 1 1/2 chén đậu xanh, đậu xanh hoặc cá ngừ hoặc cá hồi đóng hộp (bạn chọn)
- Trang trí (tùy chọn): cá cơm, ô liu xanh hoặc đen, nhánh mùi tây

HƯỚNG DẪN:
a) Kết hợp bốn thành phần đầu tiên trong bình có nắp vặn và lắc mạnh để hòa quyện.
b) Đổ củ cải, khoai tây, hành tây và đậu Hà Lan. Trộn đều, đậy nắp và để lạnh qua đêm.
c) Ngay trước khi ăn, hãy thêm đậu Hà Lan, đậu, cá ngừ hoặc cá hồi mà bạn chọn.

69.Salad cá ngừ kiểu Hy Lạp

THÀNH PHẦN:
- 1 cốc orzo, chưa nấu chín
- 1 (6 1/8) lon cá ngừ trắng đặc, để ráo nước và vẩy
- 2 cốc cà chua xắt nhỏ
- 1/2 chén phô mai feta vụn
- 1/4 chén hành tím xắt nhỏ
- 3 muỗng canh ô liu chín thái lát
- 1/2 chén giấm rượu vang đỏ
- 2 muỗng canh nước
- 2 muỗng canh dầu ô liu
- 1 tép tỏi, băm nhỏ
- 1/2 muỗng cà phê húng quế khô
- 1/2 thìa cà phê lá oregano khô
- Rau diếp lá xanh (tùy chọn)

HƯỚNG DẪN:

a) Nấu orzo theo hướng dẫn trên bao bì; để ráo nước, rửa lại bằng nước lạnh rồi để ráo nước lần nữa.

b) Kết hợp orzo, cá ngừ, cà chua, feta, hành tây và ô liu trong một tô lớn. Quăng nhẹ nhàng.

c) Kết hợp giấm, nước, dầu ô liu, tỏi, húng quế và lá oregano vào hộp đựng máy xay điện. Đậy nắp và chế biến cho đến khi mịn, sau đó đổ hỗn hợp mì ống lên và trộn nhẹ nhàng.

d) Đậy nắp và làm lạnh thật kỹ. Ăn kèm lá rau diếp nếu muốn.

70. Salad mì ống kiểu Hawaii

THÀNH PHẦN:
- 1 hộp mì ống tùy thích
- 6 quả trứng luộc
- 1 củ cà rốt bào sợi
- Các chất bổ sung bổ sung theo ý muốn (hành tây, ô liu, cá ngừ, đậu Hà Lan đông lạnh, cần tây thái nhỏ, tôm nấu chín cỡ salad)
- Sốt: 1 chén sốt mayonnaise hoặc nhiều hơn, 2 thìa nước, 1/2 thìa giấm gạo, muối và tiêu cho vừa ăn, 1/2 thìa cà phê bột cà ri (tùy chọn), 1/2 thìa cà phê ớt bột (tùy chọn), 2 thìa sữa (tùy chọn) , 1 thìa đường (tùy chọn)

HƯỚNG DẪN:
a) Nấu mì ống theo hướng dẫn trên bao bì, rửa sạch và để nguội.
b) Cắt trứng luộc và thêm vào mì ống. Thêm cà rốt bào sợi và bất kỳ phần bổ trợ bổ sung nào.
c) Trộn tất cả nguyên liệu làm nước sốt với nhau. Điều chỉnh sốt mayonnaise hoặc nước nếu cần.
d) Trộn nước sốt với hỗn hợp mì ống, giữ lạnh và thưởng thức.

71.Salad cá ngừ bông cải xanh tốt cho sức khỏe

THÀNH PHẦN:
- 1 đầu bông cải xanh
- 1 gói cá ngừ
- 1 lon đậu xanh
- Một nắm cà chua nho
- Nửa củ hành đỏ
- Dầu ô liu
- Nước chanh
- Muối/tiêu

HƯỚNG DẪN:
a) Rửa bông cải xanh và cắt nó thành những ngọn giáo vừa ăn.
b) Rửa sạch đậu xanh, để ráo cá ngừ và cắt cà chua làm đôi.
c) Cắt hành đỏ thành từng miếng nhỏ.
d) Trộn tất cả các nguyên liệu lại với nhau, sau đó thêm dầu ô liu và nước cốt chanh để phủ đều món salad.
e) Thêm muối/tiêu cho vừa ăn. Thưởng thức!

72. Salad đậu trộn cá ngừ

THÀNH PHẦN:
- 1 lon Đậu Đại Bắc
- 1 có thể cắt đậu xanh
- 1 lon đậu Garbanzo
- 1 lon đậu đỏ
- 2 lon cá ngừ, ngâm nước, để ráo nước
- 1 củ hành ngọt vừa, thái nhỏ
- 1/2 chén ớt cam hoặc vàng xắt nhỏ
- 2/3 chén giấm
- 1/2 chén dầu salad
- 1/4 cốc Splenda hoặc đường
- 1 muỗng cà phê hạt cần tây

HƯỚNG DẪN:
a) Rửa sạch tất cả các loại đậu và cho chúng vào tô lớn cùng với hành tây xắt nhỏ, cá ngừ và hạt tiêu xắt nhỏ.
b) Trộn đều giấm, dầu thực vật, đường và hạt cần tây. Đổ rau lên và đảo nhẹ.
c) Đậy nắp và để lạnh trong tám giờ hoặc qua đêm, thỉnh thoảng khuấy để hòa quyện hương vị.

73. Bát salad Antipasto của Ý

THÀNH PHẦN:
- 6 ounce trái tim atisô
- 8-3/4 ounce đậu garbanzo, để ráo nước
- 8-3/4 ounce đậu thận đỏ, để ráo nước
- 6-1/2 ounce cá ngừ ngâm trong nước, để ráo nước và vẩy
- 1/2 củ hành đỏ ngọt, thái lát mỏng
- 3 muỗng canh nước sốt salad kiểu Ý
- 1/2 chén cần tây, thái lát mỏng
- 6 chén rau diếp trộn
- 2 ounce cá cơm, để ráo nước
- 3 ounce xúc xích khô, cắt thành dải mỏng
- 2 ounce phô mai Fontina, cắt thành khối
- Ớt xanh và đỏ ngâm để trang trí

HƯỚNG DẪN:

a) Trộn atisô và nước xốt với đậu, cá ngừ, hành tây và 2 muỗng canh nước sốt đóng chai.

b) Đậy nắp và để lạnh trong 1 giờ hoặc lâu hơn để hòa quyện hương vị.

c) Trong một bát salad lớn, trộn nhẹ hỗn hợp ướp với cần tây và rau xà lách.

d) Nếu cần, trộn thêm một ít nước sốt đóng chai.

e) Xếp cá cơm, xúc xích và phô mai lên trên, sau đó trang trí với ớt. Phục vụ ngay lập tức.

74. Salad cá ngừ Harusume Nhật Bản

THÀNH PHẦN:
- 50g mì Harusume (mì đậu/bún hoặc bún)
- 1 con cá ngừ đóng hộp nhỏ
- 1/2 quả dưa chuột nhỏ (thái lát mỏng)
- 1 muỗng cà phê gừng ngâm Nhật (tùy chọn)
- Dải rong biển (tùy chọn)
- Hành lá/hành lá/hành lá (tuỳ thích)
- Hạt mè (tùy chọn)
- Nước sốt: 1 thìa cà phê dầu mè, 2 thìa cà phê nước tương nhạt/tamari, 1 thìa cà phê mirin, muối vừa ăn

HƯỚNG DẪN:
a) Ngâm mì trong nước đun sôi hoặc nước nóng cho đến khi trong mờ (3-4 phút hoặc 15 phút).
b) Rắc muối lên các lát dưa chuột và đặt sang một bên.
c) Xả mì dưới nước lạnh và để ráo nước. Trải cá ngừ đóng hộp lên mì.
d) Thêm lát dưa chuột (và gừng ngâm nếu muốn).
e) Đổ nước sốt lên mì, nêm muối và hạt tiêu rồi đảo đều cho đến khi nước sốt phủ đều.
f) Trang trí bằng dải rong biển, hành lá thái lát và hạt vừng.
g) Phục vụ ngay lập tức.

75. Salad cá ngừ và cá cơm Nicoise

THÀNH PHẦN:
- 8 củ khoai tây đỏ nhỏ (nấu chín)
- 2 lbs đậu xanh (chần)
- 10 quả cà chua bi hình bầu dục
- 1 củ hành tím nhỏ (thái lát mỏng)
- 1/2 chén ô liu (rỗ)
- 6 quả trứng luộc chín (làm tư)
- 2 lon cá ngừ trắng 12 oz (đóng gói trong dầu)
- 2 oz phi lê cá cơm (tùy chọn)
- Sốt: 1 muỗng canh mù tạt Dijon, 4 muỗng canh giấm rượu vang đỏ, 1/2 chén dầu ô liu, 1 muỗng cà phê đường, 1/2 muỗng cà phê muối, 1/2 muỗng cà phê tiêu, 1/4 chén lá mùi tây thái nhỏ

HƯỚNG DẪN:

a) Luộc khoai tây, làm tư khi nguội. Luộc và làm tư quả trứng. Đậu chần và để nguội.

b) Đánh mù tạt và giấm cho đến khi mịn. Thêm dầu ô liu vào từ từ, đánh cho đến khi đặc lại. Thêm đường, muối, hạt tiêu và rau mùi tây cắt nhỏ.

c) Trộn salad, đổ phần lớn nước sốt, xếp trứng xung quanh đĩa, cá ngừ ở giữa và rưới phần nước sốt còn lại lên cá ngừ và trứng.

76.Salad Mac còn sót lại cho bữa trưa cá ngừ

THÀNH PHẦN:
- 1 qt salad mì ống còn sót lại (loại bỏ rau diếp)
- 1 lon cá ngừ
- 1 ly nước
- 1/2 gói bột phô mai
- Hạt tiêu
- Muối tinh

HƯỚNG DẪN:
a) Nước sôi.
b) Thêm cá ngừ.
c) Thêm salad mì ống và khuấy đều. Đun sôi lại.
d) Thêm 1/2 gói phô mai.
e) Nêm hạt tiêu và muối vừa ăn.
f) Thưởng thức!

77.Salad trứng luộc và cá ngừ

THÀNH PHẦN:
- 2 gói cá ngừ
- 2 quả trứng luộc chín
- 3 muỗng canh mayo
- 1/2 muỗng canh nước sốt trang trại
- 1/2 muỗng canh hành tây nhúng kiểu Pháp
- 1/2 muỗng canh gia vị (xắt nhỏ)
- Một chút thịt xông khói
- Một chút bột tỏi
- Một chút gia vị Cajun
- Một chút hạt tiêu

HƯỚNG DẪN:
a) Khuấy tất cả nguyên liệu với nhau trong một cái bát.
b) Làm lạnh trong 30 phút để có hương vị và độ đặc tốt nhất.
c) Thưởng thức một mình hoặc trên bánh mì nướng.

78.Salad cá ngừ Antipasto Địa Trung Hải

THÀNH PHẦN:
- 1 hộp đậu (đậu xanh, đậu mắt đen hoặc đậu cannellini), rửa sạch
- 2 lon hoặc gói cá ngừ đóng hộp, để ráo nước và vẩy
- 1 quả ớt chuông đỏ lớn, thái hạt lựu
- 1/2 chén hành đỏ thái nhỏ
- 1/2 chén rau mùi tây tươi xắt nhỏ, chia
- 4 muỗng cà phê nụ bạch hoa, rửa sạch
- 1 1/2 muỗng cà phê hương thảo tươi thái nhỏ
- 1/2 cốc nước cốt chanh, chia
- 4 muỗng canh dầu ô liu nguyên chất, chia
- Tiêu xay tươi để nếm thử
- 1/4 thìa cà phê muối
- 8 chén salad trộn rau xanh

HƯỚNG DẪN:
a) Kết hợp đậu, cá ngừ, ớt chuông, hành tây, rau mùi tây, nụ bạch hoa, hương thảo, 1/4 cốc nước cốt chanh và 2 thìa dầu vào tô vừa.
b) Nêm hạt tiêu.
c) Cho 1/4 cốc nước cốt chanh còn lại, 2 thìa dầu và muối vào tô lớn.
d) Thêm rau xà lách; quăng vào áo khoác.
e) Chia rau xanh cho 4 đĩa và đặt salad cá ngừ lên trên mỗi đĩa.

79. salad cá ngừ Địa Trung Hải

THÀNH PHẦN:
- Cá ngừ Ý ngâm dầu ô liu (mua số lượng lớn tại Costco)
- Về một chén lúa mạch (đã nấu chín)
- Cà chua nho (xắt nhỏ)
- bạch hoa
- Ô liu nhăn đen (rỗ và cắt nhỏ)
- Bé arugula
- Nước chanh
- Dầu ô liu nguyên chất
- Muối
- Hạt tiêu đen tươi nứt

HƯỚNG DẪN:
a) Trộn tất cả nguyên liệu vào tô và đảo nhẹ nhàng.
b) Thêm nhiều hay ít tùy thích tùy theo sở thích cá nhân.
c) Ăn kèm với một vài miếng bánh mì giòn nguyên hạt.

80. Salad Nicoise đã nạp

THÀNH PHẦN:
- 1 đầu rau diếp romaine, xé thành từng miếng nhỏ
- 1 đầu rau diếp Boston hoặc Bibb
- 2 hoặc 3 lon cá ngừ, để ráo nước
- 1 lon atisô trái tim, để ráo nước
- 1 cốc cà chua nho
- 6-8 củ hành xanh, làm sạch
- 6-8 củ khoai tây đỏ mới nhỏ, hấp chín, để nguyên vỏ
- 1 lon phi lê cá cơm ngâm sữa, vỗ nhẹ cho khô
- 3/4 lb đậu xanh tươi, chần
- 4 quả trứng luộc chín, cắt làm tư
- 2 củ hẹ, băm nhỏ
- 1 tép tỏi, nghiền nát
- 1,5 muỗng cà phê muối
- Hạt tiêu đen tươi nứt
- 2 muỗng canh mù tạt Dijon
- 1/3 chén giấm rượu vang đỏ
- 2/3 chén dầu ô liu nguyên chất nhẹ
- 3 muỗng canh nụ bạch hoa, để ráo nước (dùng để trang trí)

HƯỚNG DẪN:

a) Chuẩn bị món salad theo hướng dẫn, đảm bảo đậu giòn và khoai tây mềm.

b) Làm nước sốt salad bằng cách trộn hành tím, tỏi, mù tạt, muối và tiêu với giấm.

c) Thêm dầu từ từ trong khi đánh.

d) Trộn khoai tây đã đun nóng đã nấu chín với 2 muỗng canh nước sốt đã chuẩn bị sẵn.

e) Trộn đậu xanh với một ít nước sốt.

f) Lắp ráp món salad, sắp xếp rau diếp, cá ngừ, trứng, v.v. Mưa phùn với mặc quần áo.

g) Trang trí với nụ bạch hoa. Ăn kèm với nước sốt còn lại ở bên cạnh.

81. Salad táo, nam việt quất và cá ngừ trứng

THÀNH PHẦN:
- 2 lon nhỏ cá ngừ kiểu chunky trong nước
- 3 quả trứng lớn
- 1 củ hành vàng nhỏ hoặc 1/2 củ lớn
- 2 muỗng canh đầy đủ hương vị ngọt ngào
- 1 quả táo Granny Smith nhỏ
- 3 muỗng canh nam việt quất khô
- 3 muỗng canh sốt mayonnaise
- 1 muỗng canh mù tạt cay hoặc nâu
- Muối và hạt tiêu cho vừa ăn
- 1 muỗng canh nước cốt chanh
- 1 muỗng cà phê mảnh mùi tây
- 1/4 muỗng cà phê ớt bột

HƯỚNG DẪN:

a) Luộc trứng trong 10 phút; để nguội, gọt vỏ và thái hạt lựu.

b) Xả nước cá ngừ.

c) Cho cá ngừ vào tô trộn và dùng thìa gỗ đập nhỏ, tạo thành từng miếng lớn.

d) Gọt vỏ và bỏ lõi táo, xay trên máy xay thô rồi cho vào bát.

e) Xắt nhỏ hành tây và thêm vào bát.

f) Thêm các nguyên liệu còn lại vào và trộn nhẹ nhàng, chú ý không nghiền nát chúng.

g) Để nó đứng trong 10-15 phút trong tủ lạnh.

h) Ăn kèm với bánh mì tươi hoặc trên lá rau diếp.

82. Salad mì ống với cá ngừ nướng và cà chua

THÀNH PHẦN:
- 8 quả cà chua mận, tổng cộng khoảng 1 1/4 lb, cắt đôi theo chiều dọc
- 2 muỗng canh. cộng thêm 1/2 chén dầu ô liu
- Muối và tiêu mới xay, vừa ăn
- 1 lb vỏ mì ống
- Phi lê cá ngừ 2 lb, mỗi miếng dày khoảng 3/4 inch
- 1 chén lá húng quế tươi đóng gói lỏng lẻo
- 3 muỗng canh. giấm rượu vang đỏ
- 1 lb phô mai mozzarella tươi, thái hạt lựu
- 1/4 chén mùi tây lá phẳng tươi xắt nhỏ

HƯỚNG DẪN:

a) Làm nóng lò nướng ở nhiệt độ 450°F. Chuẩn bị lửa nóng trong lò nướng.

b) Đặt cà chua lên khay nướng và trộn 1 muỗng canh. của dầu ô liu. Sắp xếp chúng, cắt các mặt lên trên tấm trải và nêm muối. Nướng cho đến khi mềm, khoảng 20 phút. Để nguội rồi cắt làm đôi theo chiều ngang.

c) Trong khi đó, mang một cái nồi lớn chứa đầy 3/4 nước muối vào đun sôi ở lửa lớn. Thêm mì ống và nấu cho đến khi al dente (mềm nhưng chắc khi cắn), khoảng 10 phút. Xả, rửa sạch dưới vòi nước lạnh và để ráo nước lần nữa. Để qua một bên.

d) Chải cả hai mặt của phi lê cá ngừ với 1 muỗng canh. của dầu. Mùa tốt với muối và hạt tiêu. Đặt trên giá nướng cách lửa từ 4 đến 6 inch và nướng cho đến khi có màu nâu nhạt, khoảng 3 phút. Lật và nấu thêm 3 đến 4 phút nữa ở mức vừa hoặc cho đến khi chín theo ý thích của bạn. Chuyển sang thớt, để nguội và cắt thành khối 3/4 inch.

e) Trong máy xay thực phẩm hoặc máy xay sinh tố, trộn lá húng quế và 1/2 chén dầu còn lại. Xung hoặc trộn cho đến khi cắt nhỏ thành hỗn hợp nhuyễn. Thêm giấm và nêm muối và hạt tiêu. Xung hoặc trộn cho đến khi kết hợp.

f) Trong một tô lớn, kết hợp mì ống, cà chua và bất kỳ loại nước ép tích lũy nào, cá ngừ, phô mai mozzarella, rau mùi tây và nước sốt húng quế.

g) Quăng nhẹ nhàng và phục vụ. Phục vụ 8.

83. Salad Penne với ba loại thảo mộc, nụ bạch hoa và cá ngừ

THÀNH PHẦN:
- Cá ngừ đóng hộp dầu ô liu 6 ounce, để ráo nước
- 1-1/2 thìa cà phê muối
- 1/2 pound mì ống penne
- 2 thìa nước cốt chanh tươi
- 2 muỗng canh dầu ô liu nguyên chất
- 1/2 muỗng cà phê hạt tiêu mới xay
- 1/4 chén mùi tây lá phẳng tươi xắt nhỏ
- 1/4 chén húng quế tươi xắt nhỏ
- 1/4 chén ngò tươi xắt nhỏ
- 2 muỗng cà phê nụ bạch hoa, rửa sạch và để ráo nước

HƯỚNG DẪN:

a) Đặt cá ngừ vào một cái bát nhỏ, dùng nĩa bẻ thành từng miếng nhỏ và đặt sang một bên.

b) Đun một nồi lớn chứa đầy nước để đun sôi.

c) Thêm penne và 1 thìa cà phê muối, sau đó nấu cho đến khi chín, khoảng 12 phút. Xả và chuyển vào một bát phục vụ lớn.

d) Thêm nước cốt chanh, dầu ô liu, lượng muối còn lại và hạt tiêu, sau đó trộn đều.

e) Thêm cá ngừ, rau mùi tây, húng quế, ngò và nụ bạch hoa, sau đó trộn nhẹ nhàng.

f) Nêm nếm và điều chỉnh gia vị rồi đậy nắp và cho vào tủ lạnh khoảng 1 giờ.

g) Phục vụ ở nhiệt độ phòng.

84. Salad đậu, gạo lứt và cá ngừ

THÀNH PHẦN:
- 1 lon đậu đỏ
- 1 lon đậu cannellini
- 1 lon cá ngừ ngâm nước ngon
- 1 1/2 chén gạo lứt chín vừa, để nguội
- Nước ép của nửa quả chanh lớn
- 2 muỗng canh húng quế tươi xắt nhỏ
- Muối và hạt tiêu cho vừa ăn

HƯỚNG DẪN:

a)   Xả và rửa sạch đậu, trộn với cá ngừ đã ráo nước trong tô vừa.

b)   Thêm cơm đã nấu chín.

c)   Trong một đĩa nhỏ, trộn nước cốt chanh, húng quế, muối và hạt tiêu.

d)   Rưới nước và trộn đều—không làm nát đậu!

e)   Và bạn đã hoàn thành, bạn của tôi.

85. Salad khoai tây với cá ngừ

THÀNH PHẦN:
- 5-6 củ khoai tây
- 1 hộp cá ngừ
- 1 cốc sốt mayonaise
- 1 muỗng canh dầu ô liu
- 2 muỗng canh hành lá và rau mùi tây thái nhỏ
- Nước chanh (tùy chọn)
- Muối và hạt tiêu đen cho vừa ăn

HƯỚNG DẪN:

a) Rửa sạch khoai tây và nấu chúng trong nước và muối.

b) Gọt vỏ khoai tây đã nấu chín và cắt thành miếng nhỏ.

c) Cho khoai tây vào tô và thêm cá ngừ đã ráo nước trước đó vào.

d) Thêm sốt mayonnaise, dầu, hành tây, rau mùi tây, nước cốt chanh, muối và hạt tiêu cho vừa ăn.

e) Trộn đều tất cả nguyên liệu, bọc bát bằng màng bọc thực phẩm và để trong tủ lạnh cho đến khi dùng.

86. Salad cá ngừ kiểu cũ

THÀNH PHẦN:
- 1 lon cá ngừ nhẹ 12-oz; ướp lạnh, thoát nước tốt
- 1/4 chén cần tây thái hạt lựu
- 2 muỗng canh hành lá thái nhỏ
- 1 muỗng canh hành tây thái hạt lựu
- 2 muỗng canh bánh mì thái hạt lựu & bơ dưa chua
- 1 muỗng canh dưa chuột ngọt thái hạt lựu
- 1 quả trứng luộc chín thái nhỏ
- 3 thìa sốt mayonaise
- 1/3 thìa cà phê mù tạt xay thô
- 1 muỗng canh bánh mì & bơ nước dưa chua
- 1 thìa nước cốt chanh tươi
- 1/4 thìa cà phê muối cần tây
- 1/8 muỗng cà phê tiêu đen xay tươi
- 1/8 muỗng cà phê lá húng tây khô

HƯỚNG DẪN:
a) Xả thật sạch và vẩy từng miếng trong cá ngừ.
b) Cắt nhỏ và trộn cần tây, hành lá, hành tây, bánh mì & bơ dưa chua, và dưa chuột ngọt cho đến khi trộn đều.
c) Trộn hỗn hợp rau với cá ngừ bào.
d) Thêm trứng luộc chín thái hạt lựu vào và trộn đều cho đến khi tất cả các chất phụ gia được phân bổ đều.
e) Kết hợp tất cả các thành phần làm nước sốt còn lại trong một cái bát. Nếm thử và điều chỉnh gia vị.
f) Nhẹ nhàng trộn nước sốt vào cá ngừ cho đến khi salad được trộn đều và đồng nhất.
g) Làm lạnh đậy kín cho đến khi sẵn sàng sử dụng trong món salad hoặc bánh mì sandwich.

87. Salad cơm Risotto với atisô, đậu Hà Lan và cá ngừ

THÀNH PHẦN:
- 1 chén gạo DeLallo Arborio
- 1 lon (5,6 ounce) Cá ngừ Ý nhập khẩu đóng gói trong dầu ô liu, dự trữ dầu
- 1 lọ (12 ounce) trái tim atisô ướp DeLallo, chia thành 4 phần (dự trữ chất lỏng)
- 6 ounce đậu xanh đông lạnh, rã đông
- Vỏ của 1 quả chanh
- 2 muỗng canh húng quế xắt nhỏ
- Muối và tiêu

HƯỚNG DẪN:

a) Đun sôi một nồi nước muối lớn, sau đó cho cơm risotto vào. Khuấy và nấu cơm để có kết cấu al dente, khoảng 12 phút.

b) Xả gạo vào một cái chao và rửa sạch bằng nước lạnh để loại bỏ tinh bột dư thừa. Xả rất tốt và đặt sang một bên để nguội.

c) Sau khi nguội, đặt risotto vào tô trộn lớn. Khuấy cá ngừ, atisô và đậu Hà Lan. Hãy nhớ thêm dầu từ cá ngừ và nước xốt từ atisô để làm nước sốt.

d) Trộn vỏ chanh và húng quế tươi. Muối và hạt tiêu cho vừa ăn.

e) Phục vụ lạnh.

88. Salad cá ngừ ngọt N Nutty

THÀNH PHẦN:
- 2 muỗng canh hồ đào, quả óc chó hoặc hạnh nhân cắt nhỏ
- 10 quả nho đỏ không hạt, cắt làm 4
- 2 muỗng canh hành đỏ thái hạt lựu
- 1 hộp cá ngừ
- 1/2 chén Miracle Whip hoặc mayo

HƯỚNG DẪN:
a) Kết hợp tất cả các thành phần và thưởng thức!

89. Salad cá ngừ mac

THÀNH PHẦN:
- 7 oz khuỷu tay mac, nấu chín, để ráo nước
- 1/2 chén cần tây xắt nhỏ
- 1/4 chén hành tây xắt nhỏ
- 1/4 chén ớt xanh xắt nhỏ
- 1-1/2 chén đậu Hà Lan và cà rốt hỗn hợp đông lạnh, rã đông
- 1 thìa nước ép dưa chua thì là
- 1-1/2 thìa cà phê muối
- 1-6-1/2 oz cá ngừ đóng hộp, để ráo nước và vẩy
- 3/4 chén nước sốt salad kiểu bánh sandwich

HƯỚNG DẪN:
a) Trộn nước sốt vào bát, sau đó thêm phần còn lại vào và đảo đều.

90. Salad cá ngừ Tart Tangy N

THÀNH PHẦN:
- 3 ounce cá ngừ đóng gói trong nước, để ráo nước
- 1 muỗng canh quả nam việt quất khô ngọt
- 1/4 sườn cần tây, thái nhỏ
- 2 muỗng canh Miracle Whip không béo
- 1/2 thìa cà phê tiêu đen
- 1 muỗng cà phê mù tạt đã chuẩn bị

HƯỚNG DẪN:

a) Kết hợp tất cả các thành phần trong một cái bát, trộn cho đến khi kết hợp hoàn toàn.

b) Dùng kèm với mì ống, bánh pita, salad hoặc gói!

91. Salad cá ngừ kiểu Ý ít béo

THÀNH PHẦN:
- 1 lon cá ngừ nhẹ 5 oz, để ráo nước
- 1 muỗng canh giấm balsamic (điều chỉnh theo khẩu vị)
- 1 thìa nước cốt chanh tươi
- 1 thìa cà phê vỏ chanh
- 1 muỗng canh nụ bạch hoa
- Muối và hạt tiêu cho vừa ăn
- 1 chén rau diếp, cắt thành miếng nhỏ
- 1/2 quả cà chua vừa, cắt làm đôi và thái lát
- 1/2 quả dưa chuột vừa, gọt vỏ, thái lát và cắt thành hai nửa

HƯỚNG DẪN:
a) Trộn cá ngừ và năm thành phần tiếp theo.
b) Múc salad cá ngừ lên trên rau diếp, cà chua và dưa chuột.
c) Nhẹ nhàng ném tất cả các thành phần và phục vụ.

92. Salad rau bina cá ngừ

THÀNH PHẦN:
- 1 lon cá ngừ trắng
- 1 túi lá rau bina tươi
- 1 lon ngô ngọt
- Phô mai trắng (có thể thay thế bằng phô mai cheddar)
- 2 quả cà chua tươi (hoặc một khay cà chua bi)
- Dầu ô liu
- Giấm
- Muối và hạt tiêu

HƯỚNG DẪN:
a) Rửa sạch lá rau muống rồi cho vào tô lớn.
b) Thêm cá ngừ, ngô ngọt (đã loại bỏ chất lỏng).
c) Thêm phô mai cắt hạt lựu và cà chua cắt làm tư (nếu là cà chua bi thì cắt làm đôi).
d) Thêm muối, giấm và dầu ô liu (nhất thiết phải theo thứ tự này).
e) Thêm hạt tiêu nếu bạn thích.
f) Bạn cũng có thể thêm nho khô và bơ, rất Địa Trung Hải.

93. Salad mì ống tiêu cá ngừ

THÀNH PHẦN:
- 2 thìa sữa chua nguyên chất không béo
- 2 muỗng canh húng quế tươi xắt nhỏ
- 2 muỗng canh nước
- 1 1/2 muỗng cà phê nước cốt chanh
- 1 tép tỏi, băm nhỏ
- Tiêu xay tươi (để nếm)
- 2/3 chén ớt đỏ rang, cắt nhỏ và chia đều
- 1/2 chén hành đỏ thái nhỏ
- 4 oz cá ngừ thái khúc ngâm trong nước, để ráo nước
- 4 oz bông cải xanh, hấp cho đến khi mềm giòn và sốc
- 6 ounce lúa mì nguyên cám, nấu chín và để ráo nước

HƯỚNG DẪN:
a) Cho sữa chua, húng quế, nước, nước cốt chanh, tỏi, muối, tiêu và 1/3 cốc ớt đỏ còn lại vào máy xay, xay nhuyễn cho đến khi mịn.
b) Trong một tô lớn, trộn ớt, hành tây, cá ngừ, bông cải xanh và mì ống còn lại.
c) Thêm nước sốt tiêu và trộn đều để trộn. Thư giãn trước khi phục vụ.

94.Salad táo cá ngừ

THÀNH PHẦN:
- Cá ngừ đóng hộp 6 ounce ngâm trong nước, thoát nước tốt
- 1 quả táo Granny Smith vừa, bỏ lõi, gọt vỏ và cắt thành từng miếng rất nhỏ
- 1/4 chén thì là dưa chua
- 1/8 thìa cà phê muối
- 8 ounce sữa chua nguyên chất

HƯỚNG DẪN:
a) Kết hợp tất cả các thành phần, sau đó làm lạnh trong 2 giờ.
b) Phục vụ trên rau xanh.

95. Salad Cá Ngừ Bơ Và Mỳ 4 Đậu

THÀNH PHẦN:
- 400g cá ngừ cắt khúc, để ráo nước
- 300g lon 4 đậu trộn, để ráo nước
- 1 quả cà chua vừa, xắt nhỏ
- 1 quả bơ, bỏ hạt, gọt vỏ và thái hạt lựu
- 100g mì ống, chưa nấu chín
- 1 củ hành đỏ nhỏ, thái hạt lựu (tùy chọn)

HƯỚNG DẪN:

a) Trong chảo, nấu mì ống theo hướng dẫn gói cho đến khi mềm. Xả mì ống và đặt sang một bên.

b) Trong khi đó, chuẩn bị tất cả các loại rau, sau đó cho vào một bát salad lớn, trộn đều tất cả nguyên liệu và thêm mì ống. Khuấy qua.

c) Muối và hạt tiêu cho món salad theo ý thích của bạn và phục vụ càng sớm càng tốt.

96. Salad cá ngừ Orzo

THÀNH PHẦN:
- 3 chén nước luộc gà
- 1 cốc orzo
- 1/4 chén giấm rượu vang đỏ
- Muối và hạt tiêu cho vừa ăn
- 2 (6 oz) lon cá ngừ ngâm dầu ô liu, để ráo nước và dự trữ dầu
- 1 (15 oz) lon đậu xanh, để ráo nước
- 1 cốc cà chua nho, cắt làm đôi
- 1 quả ớt chuông vàng hoặc đỏ, thái hạt lựu
- Nửa củ hành đỏ, thái hạt lựu
- 1/2 chén húng quế tươi, xắt nhỏ
- 1/2 chén phô mai feta vụn

HƯỚNG DẪN:

a) Đun sôi nước luộc gà trong nồi và thêm orzo. Nấu cho đến khi al dente, sau đó để ráo nước và để nguội một chút.

b) Trong một tô lớn, nêm giấm rượu vang đỏ với muối và hạt tiêu. Trộn cho đến khi muối tan.

c) Đánh đều dầu dành riêng từ cá ngừ, sau đó thêm orzo đã nấu chín và trộn đều.

d) Thêm đậu xanh, cà chua nho, ớt chuông, hành đỏ và húng quế vào hỗn hợp orzo.

e) Cắt nhỏ cá ngừ và thêm nó cùng với feta vụn vào món salad. Quăng nhẹ nhàng để kết hợp.

f) Phục vụ món salad orzo cá ngừ và cân nhắc thêm một chút giấm balsamic.

97.Salad cá ngừ cà chua và bơ

THÀNH PHẦN:
- 2 (6-ounce) lon cá ngừ
- 1 quả cà chua, bỏ hạt và thái hạt lựu
- 2 quả bơ, 1 quả thái hạt lựu, 1 quả xay nhuyễn
- 1 tép tỏi
- 1 muỗng canh giấm rượu vang trắng
- Một chút ớt cayenne
- Một chút xíu muối
- Một chút hạt tiêu đen

HƯỚNG DẪN:
a) Nghiền nhuyễn một quả bơ với tỏi, giấm, ớt cayenne, muối và hạt tiêu đen.
b) Để ráo cá ngừ và trộn với cà chua xay nhuyễn, thái hạt lựu và quả bơ thái hạt lựu khác.

98. Salad cá ngừ Waldorf với táo

THÀNH PHẦN:
- 1 lon (5 oz) cá ngừ trắng ngâm nước
- 1/4 quả lê lớn (hoặc táo)
- 1/4 cốc (1 oz) quả óc chó cắt nhỏ, sống (nướng nếu bạn thích)
- 1/4 chén hành đỏ, thái hạt lựu
- 2 muỗng canh sốt mayonnaise ít béo
- 1 muỗng canh nước cốt chanh
- 2 lá rau diếp để phục vụ

HƯỚNG DẪN:
a) Xả cá ngừ.
b) Cắt nhỏ hành tây, lê (hoặc táo) và quả óc chó.
c) Trộn sốt mayonnaise và nước cốt chanh.
d) Kết hợp tất cả các thành phần trong một cái bát và trộn đều.
e) Làm lạnh món salad trước khi dùng và phục vụ trên lá rau diếp.

99. Salad cá ngừ và đậu xanh với Pesto

THÀNH PHẦN:
- 2 lon (15,5 oz mỗi hộp) đậu xanh, xắt nhỏ
- 1 lọ (12 oz) ớt đỏ nướng, để ráo nước và thái lát mỏng
- 24 quả ô liu đen, bỏ hạt và cắt nhỏ
- 2 cọng cần tây, thái lát dày
- 3 lon (6 oz mỗi hộp) cá ngừ, để ráo nước
- 5 muỗng canh pesto mua ở cửa hàng
- 1/2 muỗng cà phê muối kosher
- 1/4 muỗng cà phê tiêu đen

HƯỚNG DẪN:
a) Trong một tô lớn, trộn đậu xanh, ớt đỏ, ô liu, cần tây, cá ngừ, pesto, muối và tiêu đen.
b) Trộn các nguyên liệu lại với nhau. Đó là nó!

100.Salad cá ngừ Ziti

THÀNH PHẦN:
- 3/4 lb ziti hoặc mì ống khác
- 1 hộp cá ngừ, để ráo nước và nghiền nhuyễn
- Ô liu xanh và đen, tùy theo khẩu vị
- 1 quả ớt chuông đỏ, xắt nhỏ
- 4 muỗng canh dầu ô liu
- 1 muỗng canh giấm trắng
- 2 quả trứng luộc chín, cắt làm tư
- 1 quả cà chua lớn, thái lát

HƯỚNG DẪN:
a) Luộc mì, để ráo nước và để nguội.
b) Trộn cá ngừ, ô liu và ớt đỏ.
c) Trộn mì ống và thêm dầu và giấm.
d) Cho trứng và cà chua ra đĩa.

PHẦN KẾT LUẬN

Khi chúng tôi kết thúc hành trình đầy hương vị của mình thông qua "Món salad cá ngừ tuyệt đỉnh", chúng tôi hy vọng bạn đã trải nghiệm được niềm vui khi biến một món ăn đơn giản thành một kiệt tác ẩm thực. Mỗi công thức trong các trang này là sự tôn vinh tính linh hoạt, sáng tạo và ngon miệng có thể đạt được với cá ngừ chất lượng cao và một chút trí tưởng tượng ẩm thực.

Cho dù bạn đã thưởng thức các món ăn sáng tạo lấy cảm hứng từ Địa Trung Hải, thưởng thức hương vị của vùng Viễn Đông hay yêu thích các biến thể thịnh soạn và giàu protein, chúng tôi tin rằng 100 công thức nấu ăn này đã giúp bạn mở rộng tầm mắt về thế giới khả năng trong lĩnh vực salad cá ngừ . Ngoài các nguyên liệu và kỹ thuật, mong rằng ý tưởng về món salad cá ngừ cao cấp sẽ trở thành nguồn cảm hứng, biến căn bếp của bạn trở thành trung tâm của những sáng tạo sáng tạo và thơm ngon.

Khi bạn tiếp tục khám phá thế giới salad cá ngừ đa dạng, có thể "XA LÁT CÁ NGỪ ĐẸP NHẤT" sẽ là người bạn đồng hành đáng tin cậy của bạn, hướng dẫn bạn nhiều lựa chọn đặc biệt mang lại sự phấn khích và hương vị cho bàn ăn của bạn. Đây là cách định nghĩa lại nghệ thuật salad cá ngừ và thưởng thức 100 món sáng tạo đặc biệt giúp nâng cao khẩu vị và trải nghiệm ẩm thực của bạn!